வென்ற கதை

சோதனைகள், சாதனைகள், சிகரங்கள்!

இது ஒரு

மெட்ராஸ் பேப்பர்

தயாரிப்பு

வென்ற கதை

சோதனைகள், சாதனைகள், சிகரங்கள்!

ராஜ்ஸ்ரீ செல்வராஜ்

மெட்ராஸ் பேப்பர்

Title: Vendra Kathai
Author's Name: Rajshri Selvaraj

Published by MadrasPaper

மெட்ராஸ் பேப்பர்
MadrasPaper
(An imprint of Zero Degree Publishing)
No. 55(7), R Block, 6th Avenue,
Anna Nagar,
Chennai - 600 040

Website: www.madraspaper.com
www.zerodegreepublishing.com
E Mail id: zerodegreepublishing@gmail.com
Phone: 89250 61999

Ezutthu Prachuram First Edition: December 2022
ISBN: 978-93-95511-41-4
TITLE NO MP: 13

Cover Design: Rajan PR
Layout: Vijayan
Printed at Clictoprint, Chennai, India

சமர்ப்பணம்

அன்புடன்
ஆசான் பா. ராகவனுக்கு

‘வென்ற கதை’ வென்ற கதை...

‘மெட்ராஸ் பேப்பர்’ வார இதழுக்காக ‘வென்ற கதை’ என்ற தலைப்பில் ஒரு தொடர் எழுதவேண்டும். ஆனால், அது வழக்கமான கேள்வி பதில்களைக் கொண்ட பேட்டியாக இருக்கக்கூடாது. ஓர் ஆளுமையைச் சந்தித்து, அவர்கள் வளர்ந்து வந்த பாதையைத் தெரிந்துகொண்டு, அவர்கள் பேசுவதைப்போலவே கதை வடிவிலான கட்டுரையாக அது இருக்கவேண்டும் என்பது தான் ஆசிரியர் பா.ராகவன் அளித்த குறிப்பீடு.

தொழில்துறையினரைப் பற்றிய ஒரு தொடராகத்தான் ‘வென்ற கதை’யை முதலில் ஆரம்பித்தோம். அதற்குக் கிடைத்த வாசகர்களின் வரவேற்பு தான் திரைத்துறை, கல்வி, மருத்துவம், தொழில்நுட்பம் என்று அகன்ற பாதையில் எங்களைப் பயணிக்க வைத்தது. பல்வேறு துறைகளில் சாமானியர்களாக வாழ்க்கையைத் தொடங்கி, தங்கள் துறையில் தடம் பதித்தவர்களின் வெற்றிக் கதைகளை ஒவ்வொரு வாரமும் தொடர்ந்து கொண்டுவந்தோம்.

இதில், தனிப்பட்ட முறையில் நான் கற்றுக்கொண்டது ஏராளம். குறிப்பிட்ட காலக்கெடுவிற்குள் ஓர் ஆளுமையைச் சந்திப்பதற்கு அனுமதி பெற வேண்டும். அதைக் கூடிய விரைவில் கதையாகத் தொகுத்து அனுப்பவேண்டும். நேர மேலாண்மையின் அருமை பெருமைகளை நான் இத்தொடர் எழுதும் போதுதான் தெரிந்து கொண்டேன். நேரம்- இடம் பார்க்காமல் கிடைத்த சந்தர்ப்பங்களிலெல்லாம் எழுதி ஒவ்வொரு கதையையும் அனுப்பியதே சுவாரசியமான வைபவம் தான். சில சமயங்களில் பேட்டியெடுத்த உடனேயே சுடச்சுடக் கட்டுரையை எழுதியனுப்பியதெல்லாம் கூட உண்டு.

நாம் சந்திக்கும் அனைவருமே நன்றாகப் பேசக்கூடியவர்களாக இருப்பார்கள் என்று எதிர்பார்க்கமுடியாது. அப்படியான சமயத்தில்தான் முறையான கேள்விகளைக் கேட்டு, அவர்கள் சொல்லத் தயங்குகிற விஷயங்களைக் கூடப் பேசவைக்கவேண்டும். அதேபோல, என்னதான் நாம் சந்திக்கப்போகிறவரைப் பற்றி நன்கு தெரிந்துகொண்டு போனாலும், அங்கு நம்மை ஆச்சரியப்படுத்தும் ஒன்று நிச்சயம் இருக்கும். அதுதான் சிறப்பம்சம்!

'வென்ற கதை'க்காக நான் பேட்டியெடுத்தவர்களில் பெரும்பாலானோர் என் வயதை விட அதிக வருடங்கள் தங்கள் துறைகளில் அனுபவம் கொண்டவர்களாக இருந்தார்கள். என்னளவில் எல்லாச் சந்திப்புகளும் எனக்குப் புதிய கற்றல் அனுபவம்தான்.

ஒவ்வொரு வாரமும் ஓர் ஆளுமையைச் சந்தித்துப் பேசுவதற்கு நேரம் வாங்கிக் கொடுப்பதில்

அதிகம் உதவி செய்ததோடு, வெளிவரும் கதைகளை முதல் ஆளாகப் படித்துக் கருத்துகளைப் பகிர்ந்துகொண்டு எனக்கு எப்போதும் உற்சாகம் அளித்தவர் என் தந்தை செல்வராஜ். அந்தவகையில் புத்தகத்தின் ஆசிரியர் பெயர் ராஜ்ஸ்ரீ செல்வராஜ் என்றிருப்பது பொருத்தம்தான். பேட்டிக்காக நேரம் அளித்தவர்களுக்கும், 'மெட்ராஸ் பேப்ப'ரில் தொடராக வெளிவந்த போது, எனக்கு வழிகாட்டி, கட்டுரைகளைச் செம்மைப்படுத்திய ஆசிரியர் பா. ராகவன் மற்றும் உதவி ஆசிரியர்கள் பாலகணேஷ் மற்றும் கா.சு.வேலாயுதன் ஆகியவர்களுக்கும், இத்தொடருக்காகப் பல வகைகளில் உதவி செய்த அனைவருக்கும் எனது நன்றியை உரித்தாக்குகிறேன்.

- ராஜ்ஸ்ரீ செல்வராஜ்

rajshriselvaraj02@gmail.com

வென்றவர்கள்...

எல்லாவற்றுக்கும் ஒரு விலை இருக்கிறது

— ஆதிகேசவன், சௌபாக்கியா

‘**வீ**ட்டின் வெட் கிரைண்டர் அடிக்கடி பழுதாகி விடும். அதை நானும் என் தந்தையுமே சரி செய்து ஓட்டுவோம். அந்நாளில் கிரைண்டர் ரிப்பேர் என்பது பெரும் பாடு. அதில் சலித்துப் போய், நாம் இதே வெட் கிரைண்டரை நல்ல தரத்தில் உற்பத்தி செய்தால் என்ன என்ற எண்ணம் தோன்றியது. ஆரம்பித்தோம். இன்றைக்கு நான் எந்தக் கல்லூரியில் உதவாக்கரை என்று ஏசப்பட்டு வெளியில் நிறுத்தப்பட்டேனோ, அதே கல்லூரிக்கு தாளாளராக இருக்கிறேன். எந்த ஆசிரியர் என்னை தண்டித்து வெளியே நிறுத்தினாரோ, அதே ஆசிரியர் ஓய்வு பெற்றதற்கு சால்வை போர்த்தி, நினைவுப் பரிசு கொடுத்து அனுப்பி வைத்திருக்கிறேன். அன்றைக்கு என்னிடம் எதுவும் இல்லை என்று சோர்ந்து போகவும் இல்லை. இன்றைக்குக் கிடைத்துள்ள உயர்வால் பெருமையும்

ஏற்படவில்லை. எதற்கும் கலங்காதவன் என்றிருக்கவே எப்பவும் நான் விரும்புகிறேன்!' என்கிறார் ஆதிகேசவன். சௌபாக்கியா வெட் கிரைண்டர் இவருடைய தயாரிப்புதான்.

கோவை வட்டாரத்தில் எழுபதுகளில் மிக எளிய குடிசைத் தொழிலாக ஆரம்பிக்கப்பட்டதுதான் வெட் கிரைண்டர் இயந்திர உற்பத்தி. இன்றைக்கு இந்தத் துறையில் ஏகப்பட்ட பேர் வந்துவிட்டார்கள். அரசு இலவச கிரைண்டர் திட்டத்தை ஆரம்பித்த பிறகு பெரிய நிறுவனங்கள் பல தோன்றி ஆர்டர் பிடித்துக்கொள்ள, இந்தக் குடிசைத் தொழில் சரியத் தொடங்கியது. ஆனாலும்

சிறுதொழிலாகத் தொடங்கிய ஒரு சிலர் மட்டும் போராடி வென்றிருக்கிறார்கள். அதில் ஒருவர் 'சௌபாக்கியா' ஆதிகேசவன்.

'இந்தியாவில் ஐ.எஸ்.ஓ தரச்சான்று பெற்ற முதல் வெட் கிரைண்டர் நிறுவனம் எங்களுடையது. இன்றைய சூழ்நிலையில் தொழில் துறையில் நான்கு தலைமுறைகளைக் கடந்து ஒற்றுமையுடன் ஒரு குடும்ப நிறுவனத்தை நடத்துவது எளிதல்ல. இந்த வெற்றியைக் கட்டியெழுப்ப எங்களுக்குப் பல வருடங்கள் பிடித்தன. அதற்கான அஸ்திவாரம் என்னுடைய கல்லூரிக் காலங்களில் போடப்பட்டது.

ஈரோட்டில் உள்ள வாசவி கல்லூரியில் பி.ஏ. வரலாறு படித்தேன். தினமும் மாலை நான்கரை மணியளவில் வகுப்புகள் முடிந்ததும் அங்கிருந்து வேலைக்குச் சென்றுவிடுவேன். எப்போதும் என்னுடைய இரவு உணவு பதினொரு மணிக்கு டீ யும், ஒரு பன்னும் தான். மறு நாள் காலை ஐந்து மணிக்கெல்லாம்

வீட்டிற்குச் சென்று படுத்துவிடுவேன். சுருக்கமாக உறங்கி எழுந்து காலை எட்டரைக்கு ஓடிச் சென்று வகுப்பில் உட்கார்ந்தால் தூக்கம் கொல்லும். அசந்து தூங்கி விடுவேன்.

என் பெயர் தமிழில் 'ஆ' என்றும், ஆங்கிலத்தில் '*A*' என்றும் ஆரம்பிப்பதால் வருகைப் பதிவு வாசிக்கும்போது என் பெயர்தான் முதலில் வரும். நான் தூங்கிக்கொண்டு இருப்பேன். பல ஆசிரியர்களால் இதனால் நான் வெளியே அனுப்பப்பட்டேன். பல நாள்கள் வகுப்பிற்கு வெளியே நின்று, வாய்ப்புக் கேட்டுத்தான் கல்லூரியில் தொடர முடிந்தது. தந்தைக்கு நான் வகுப்பில் தூங்குவது தெரிந்தால், வேலையை நிறுத்திவிடுவார், படிப்பையும் தொடரமுடியாது. எனவே நான் வகுப்பில் தூங்குவதும், வேலைக்குச் செல்வதும் வீட்டிற்குத் தெரியாமல் பார்த்துக்கொண்டேன்.

இந்த நிறுவனம் எங்கள் தந்தையால் தொடங்கப்பட்டது. நாங்கள் மூன்று சகோதரர்கள். நான் இரண்டாவது மகன். என் மூத்த அண்ணனின் எண்ணத்திற்கு ஏற்ப தம்பிகள் எங்கள் செயல்கள் இருக்கும். காரில் கிரைண்டர் ஏற்றிக்கொண்டு ஆர்டர் பிடிப்பதற்காக ஊர் ஊராகச் சென்று ஒவ்வொரு வீடாக 'டெமோ' காட்டுவோம். அன்றைய கஷ்டங்கள் இன்றைக்குச் சுகமான சுமைகளாக தெரிகின்றன.

மைக்கா கிரைண்டர், *SS* கிரைண்டர், டில்டிங் கிரைண்டர், டேபிள் டாப் கிரைண்டர் என காலத் தேவைகளுக்கேற்பக் கிரைண்டர்கள் வடிவ மாற்றம் பெற்றுக் கொண்டே சென்றன. அதற்குத் தகுந்தவாறு எங்கள் பொருளின் தரமும் சேவையும் இருந்ததால், நாற்பது வருடங்களுக்கும் மேலாக இதே துறையில்

முன்னிலை பெற முடிந்தது. சௌபாக்கியா என்றாலே கிரைண்டர் என்று அடையாளமாகிப் போனது. சௌபாக்கியா என்பது எங்கள் பாட்டியின் பெயர்.

முதலில்'கிரைண்டர்பீப்பிள்'என்றுஅறியப்பட்டோம். இதிலிருந்து அடுத்தக் கட்டமாக மின் அடுப்பு, ரைஸ் குக்கர், பிரஷர் குக்கர், மிக்ஸி என்று பல வகையான வீட்டு உபயோகப் பொருட்களை அறிமுகப்படுத்தி 'கிச்சன் பீப்பிள்' ஆனோம். பிறகு அதிலிருந்து விரிவுபடுத்தச் சற்று தயக்கம் இருந்தது.

'கோல்கேட்' என்றால் பேஸ்ட், 'பாண்ட்ஸ்' என்றால் பவுடர், 'பாட்டா' என்றால் செருப்பு என்று இருந்த காலத்தில், 'கோல்கேட்' பவுடர் கொண்டு வந்தால் அதை ஏற்பார்களா என்ற பயம் இருக்குமில்லையா. அதே போலத்தான் நாங்களும் சமையல் அறையை விட்டு வெளியே வர முதலில் தயங்கினோம்.

சிகரெட் விற்றுக்கொண்டிருந்த ஐடீசி அகர்பத்தி விற்க வில்லையா. அதே போல நாமும் முயற்சி செய்யலாம் என்று அயன் பாக்ஸ், டேபிள் பேன், பெடெஸ்டல் ஃபேன் என்று கொண்டு வந்தோம். மக்களுக்குத் தேவையான பொருள் சரியான விலையில், தரமான தயாரிப்பில் கிடைத்தால், அது எந்தப் பொருளாக இருந்தாலும் விற்பனைக்குக் குறைவிருக்காது.

நாம் எப்போதும் பொருளை விற்கக் கூடாது, வாடிக்கையாளரை வாங்க வைக்க வேண்டும். வாடிக்கையாளர் சேவை என்பது ஒரு கலை. எங்கள் ஊழியர்களுக்கு இதற்காகப் பிரத்தியேகப் பயிற்சி அளிக்கப்பட்டுள்ளது.

ஒரு முறை நாகர்கோவிலில் இருந்து ஓர் அழைப்பு. கிரைண்டர் நேற்று சரியாக இருந்தது, இன்று

ஓடவில்லை. என்ன பொருள் கொடுத்திருக்கிறீர்கள்? வாங்கிய யாரோ கண்டபடி திட்டித் தீர்த்தார். நான் உடனே அந்த ஏரியாவில் அருகில் இருக்கும் சேவை ஊழியர்களைத் தொடர்பு கொண்டேன். அனைவரும் வேறு வேலையில் மும்முரமாக இருந்தார்கள். உடனடியாக ஆள் கிடைக்கவில்லை.

வேறு வழியின்றி, ஈரோட்டில் இருந்து இதற்காகவே நாகர்கோயிலுக்கு ஒரு ஆளை அனுப்பினேன். அங்கு சென்று பார்த்துவிட்டு 'சார், ப்ளக்கைச் சொருகியிருக்கிறார்கள். ஆனால் கிரைண்டர் சுவிட்ச் போடவில்லை. அதனால்தான் இயங்கவில்லை' என்றார் அந்த ஊழியர்.

அந்த வாடிக்கையாளர் இரண்டாயிரத்து ஐந்நூறு ரூபாய்க்குக் கிரைண்டர் வாங்கியிருந்தார். நான் ஈரோட்டில் இருந்து ஆள் அனுப்பியதற்கு ஆன செலவு அதற்கு மேல் ஆகிவிட்டது. சுவிட்ச் போடவில்லை என்றால், அதை அவர்களுக்குச் சொல்லித் தராதது நம் தவறு என்று சொல்ல வேண்டுமே தவிர நீங்கள் ஏன் சரியாகப் பார்க்கவில்லை என்று வாடிக்கையாளரைக் கேட்கக்கூடாது.

இன்னொரு முறை நான் சென்னையில் உள்ள ஒரு கடையில் இருந்த சமயம். நல்ல மழை பெய்துகொண்டிருந்தது. அப்போது அங்கு வந்த ஒருவர், இருபது நாளாக பெல்ட் கட் ஆகி, கிரைண்டர் ஓடவில்லை என்று மனைவி சொல்கிறாள். நீங்கள் என்ன சேவை கொடுக்கிறீர்கள்? என்று ஒரே தகராறு.

'மழை பெய்துகொண்டிருக்கிறது; நாளை ஆள் அனுப்புகிறேன்!' என்று சொன்னதற்கும் மனிதர் கோபப்பட்டார். சரி இதை இப்போதே பார்த்துவிடலாம் என்று என்னுடைய காரில் ஓர்

ஊழியரை அனுப்பினேன். அங்கு சென்று கதவைத் தட்டி, 'கிரைண்டர் ரிப்பேர் பார்க்க வந்திருக்கிறோம்!' என்று கேட்டால், 'அப்படியா? ரிப்பேர் ஆனது தையல் மெஷின் பெல்ட் தான், கிரைண்டர் இல்லை. நீங்கள், புகார் சொன்ன ஆளிடமே கேட்டுக்கொள்ளுங்கள்!' என்று அங்கிருந்த பெண் கறாராகச் சொல்லிவிட்டார்.

நான் உடனே புகார் சொன்னவரை அழைத்து விஷயத்தைச் சொன்னேன்.

'அடடே, அப்படியா சார்? தெரியாமல் சொல்லி விட்டோம்' என்றார். உடனே நான், 'சார் எல்லாத்துக்கும் ஒரு விலை இருக்கு. இதற்குப் பதிலாக நீங்கள் உங்கள் சார்பில் இரண்டு கிரைண்டர் ஆர்டர் பிடித்து தரவேண்டும்!'' என்று சிரித்துக்கொண்டே சொன்னேன்.

இதேபோல, கிரைண்டர் வேலை செய்யவில்லை என்று ஒரு பெண்மணி தொலைபேசியில் ரகளை செய்து கொண்டிருந்தார். அவரிடம், மேடம் சுவிட்ச் எல்லாம் சரியாக உள்ளதா என்று கேட்டதற்குக் கோபம் கொண்டு, 'என்னைப் பார்த்தால் படிப்பறிவு இல்லாதவள் போலத் தெரிகிறதா?' என்றும் கேட்டார்.

அவர் வீட்டிற்கே சென்று பார்க்க ஊழியர் சென்றார். அது மாளிகை போன்ற வீடு. விஸ்தாரமான சமையல் அறை. அனைத்து உபகரணங்களுக்கும் தனி இடம். என்ன பிரச்னை என்று பார்த்தால் மிக்ஸியின் வயர் கிரைண்டருக்கு வரும் பிளக் பாய்ண்டிலும் கிரைண்டரின் வயர் மிக்ஸியின் இடத்திலும் மாறி இருந்தது.

தொலைபேசியில் ஊழியர் எனக்கு விவரத்தைச் சொல்ல, நான் அப்பெண்மணியிடம் பேசினேன்.

‘மேடம், எல்லாத்துக்கும் ஒரு விலை இருக்கு. வயர் போட்டதற்கு ஐம்பது ரூபாய்தான். ஆனா நீங்க பேசியதற்கு உங்க சார்பா எனக்கு நாலு கிரைண்டர் ஆர்டர் புடிச்சுத் தரணும்!’ என்றேன். அப்பெண் கல்யாண விசேஷங்களுக்கு தங்க - வெள்ளி பொருட்களைப் பரிசளிக்கும் வழக்கம் கொண்டவர். அன்றிலிருந்து சௌபாக்கியா பொருட்களைத்தான் பரிசுப் பொருட்களாக வாங்கி கொடுக்கிறார்.

இப்படிப் பல கதைகள் உண்டு. வாடிக்கையாளர் என்பவர் எப்போதும் தனி ரகம். ஒவ்வொருவரின் எதிர்பார்ப்பும் ஒவ்வொரு விதம். தொழில் செய்வோர், எந்தச் சூழ்நிலையையும் கூலாக சமாளிக்கும் குணத்தை வளர்த்துக்கொண்டால் போதும். வெற்றிக்கு வேறொன்றும் தேவையில்லை.

எனக்கு இரண்டு மகன்கள், அவர்களை லண்டன் அனுப்பி எம்.பி.ஏ படிக்க வைத்தேன். கிளம்பும் போது, அவர்களிடம் ஆளுக்கொரு டெபிட் கார்டு கொடுத்து, ‘இதில் பதினைந்து லட்சம் இருக்கிறது. பணம் தீரத் தீரப் போட்டுக் கொண்டே இருப்போம். நீ பத்தாயிரம் செலவு செய்தாலும் பத்து லட்சம் செலவு செய்தாலும், அடுத்த நாளே அதை கார்டில் போட்டு விடுவோம். கேள்வி கேட்க மாட்டோம். நீ சௌபாக்கியா குடும்பத்துப் பிள்ளை, ஒரு தந்தையாக நான் உனக்குத் தர வேண்டியதைத் தந்து விட்டேன். தாராளமாகச் செலவு செய். ஆனால் அந்த கார்டை கையில் எடுத்து விட்டால், நீ ஒரு உருப்படாதவன் என்று தெரிந்துகொள்!’ என்றேன்.

இதற்குப் பிறகும் அவர்கள் அந்த கார்டைத் தொடுவார்களா? தங்கள் படிப்புக்குத் தாங்களே ஒரு வேலை தேடிக்கொண்டு சம்பாதித்துக்கொண்டார்கள்.

இருவருமே கடைசி வரை நான் கொடுத்த டெபிட் கார்டுகளைப் பயன்படுத்தவில்லை. அது மட்டுமல்ல. அப்படி உழைத்துச் சம்பாதித்து செலவழித்தது போக அங்கே தான் சேகரித்த பணத்தில் இருந்து என் மகன் எனக்கு ஒரு செல்போன் வாங்கி வந்து கொடுத்தான். எப்பேர்ப்பட்ட பரிசு அது! இன்று வரை என்னுடைய பெரிய சொத்தாக இருக்கின்றது.

இன்று, என் இரு மகன்களும் நிறுவனத்தை நடத்துகிறார்கள். கிரைண்டர் தவிர பல விதமான வீட்டு உபயோகப் பொருள்களை எங்கள் நிறுவனம் தயாரிக்கிறது. தொடர்ந்து எழுபத்தி இரண்டு மணி நேரம் வரை ஓடக்கூடிய சாக்லேட் தயாரிக்கும் இயந்திரம், ஹோட்டல்களில் இருக்கும் பெரிய வகை இயந்திரங்கள் உட்பட நாநூற்று ஐம்பதுக்கும் மேற்பட்ட பொருட்கள் எங்கள் தயாரிப்பில் உள்ளது. பல நாடுகளுக்கு ஏற்றுமதி செய்கின்றோம்.

நேர்மையான உழைப்பும் நேரம் தவறாமையும் சொகுசு பார்க்காமல் துணிந்து இறங்கிச் செய்யும் குணமும் தொழில் துறையில் ஈடுபடுவோரை வெற்றிப் பாதைக்கு இட்டுச் செல்லும்!' என்கிறார் ஆதிகேசவன்.

ஊர் சுற்றுங்கள்!

— சீலன் சுப்பிரமணியம்

'அப்போது எனக்குப் பதினான்கு வயது இருக்கும். வீதிச் சிறுவர்களுடன் விளையாடிக் கொண்டிருந்தேன். பறந்து செல்லும் விமானத்தின் சத்தம் கேட்டு அண்ணாந்து பார்த்தேன். சட்டென்று ஒரு பிரமிப்பு எழுந்தது. கீழே நிற்கும்போது எவ்வளவு பெரிய தோற்றம். உயரத்தில் பறக்கும்போது சிறிதாகத் தெரிகிறது. ஆனாலும் விமானம் என்றால் பிரம்மாண்டம்தான். தவிர, எவ்வளவு பேரை ஏற்றிக்கொண்டு பறக்கிறது! புவியீர்ப்புக்கு எதிரான ஒரு செயல்பாடு என்பது எப்பேர்ப்பட்ட விஷயம்!

பிரமித்தபடி பார்த்துக்கொண்டிருந்தபோது என் தந்தை என் தோளைத் தொட்டார். 'அதேபோல் நீயும் விமானத்தில் போகவேண்டுமென்று ஆசையாக இருக்கிறதா ?' என்றார். 'ஆமாம்' என்று தலையாட்டினேன். அதோடு நிற்காது, 'அமெரிக்கா, இங்கிலாந்து, பிரான்சு இப்படியெல்லா நாடுகளுக்கும்

போக வேண்டும்!' என்று எனக்குத் தெரிந்த நாடுகளை எல்லாம் சொன்னேன். 'அதற்கு நீ முதலில் நன்றாகப் படிக்க வேண்டும். கவனம் சிதறக்கூடாது. எதையும் துணிந்து செய்யும் மனப் பக்குவத்தை வளர்த்துக் கொள்ள வேண்டும். அப்படிச் செய்தால் நீ நினைத்த நிலைகளையெல்லாம் அடைய முடியும்!' என்றார்.

அதன் பின் என் கவனம் படிப்பிலேயே இருந்தது. மதிப்பெண்கள் உயர ஆரம்பித்தன. வானத்தில் விமானத்தைப் பார்த்தபோது படிப்பில் சுமாரான மாணவனாக இருந்தவன், வானத்தில் பறக்க வேண்டும் என்ற குறிக்கோள் மனத்தில் தோன்றியவுடன் சில மாதங்களிலேயே வகுப்பில் முதல் மாணவனாகத் தேற ஆரம்பித்தேன்.

இன்றைக்கு எண்பது தேசங்களுக்கும் அதிகமாகச் சென்று வந்திருக்கிறேன். வாழ்வதே விமானத்தில்தான் என்னும்படியாக. ஒரே காரணம், அன்று என் தந்தை சொன்ன அந்த வார்த்தை. ஒன்றை அடைவதற்கு ஆசை மட்டும் போதாது. முயற்சி தேவை என்கிற அந்த உண்மை.'

இதனை நம்மிடம் சொன்னவர், இந்திய வம்சாவளியைச் சேர்ந்த அமெரிக்கத் தொழிலதிபர் சீலன் சுப்பிரமணியம்.

ஒக்லஹோமாவின் துல்சா பகுதியில் இவரது அலுவலகம் அமைந்துள்ளது. நிதியியல் துறையில் ஆலோசகராக இருபத்தைந்து வருட அனுபவம். சர்வதேச வணிகத்தில் விசாலமான அறிவும் ஆற்றலும் உடன்பிறந்த சொத்தாகி விட்டது. பல பெரிய அரசியல் புள்ளிகள், செல்வந்தர்கள், தொழிலதிபர்களுக்கு ஆலோசகராகவும் உள்ளார். ஐக்கிய நாடுகள் அமைப்புடன் இணைந்து முக்கியமான பல மக்கள்

நலப் பணிகளை முன்னெடுத்து நடத்தியுள்ளார். 'சீலன் வெல்த் ஸ்ட்ராட்டஜிஸ்' என்ற பெயரில் ஒரு நிறுவனத்தை நடத்தி வருகிறார். சமீபத்தில் சென்னையில் நடந்த ஒரு நிகழ்ச்சியில் கலந்துகொள்ள வந்திருந்தவரைச் சந்தித்தோம்.

'என் தாத்தா மதுரையைச் சேர்ந்தவர். எப்போதும் தொழில் முறைப் பயணமாகவே இந்தியாவிற்கு வந்து செல்கிறேன். நான் பிறந்து வளர்ந்தது மலேசியாவில். உயர் கல்வி படித்ததும், இப்போது வசிப்பதும் அமெரிக்காவில். பள்ளிக் காலத்தில், அறிவியல்தான் என் முதன்மைப் பாடம். படிப்பில் கவனம் இல்லை. எல்லோரையும் போல ஓடியாடி விளையாடுவது. ஊர் சுற்றுவது. பெரிய கவலைகள் ஏதுமில்லை. மகிழ்ச்சியான வாழ்க்கை. இந்த நேரத்தில்தான் என் அப்பாவின் சொற்கள் என்னை விமானக் கனவில் சுண்டி விட்டது. என்னைப் பறக்கச் செய்தது மட்டுமல்ல. கழுத்தைப் பிடித்து வெளியே தள்ளாத குறையாக மலேசியாவிலிருந்து அமெரிக்காவிற்குப் படிக்க அனுப்பினார் அப்பா.

தாய் சொல்லிப்பார்த்தார். அழுதும் கேட்டார். தந்தையைப் போல அல்லாமல், மென்மையான சுபாவம் கொண்டவள் என் தாய். அவர் பிறரைப் பற்றி மோசமாகப் பேசி நான் பார்த்ததேயில்லை. அப்படியே யாரையாவது பிடிக்கவில்லை என்றாலும், அது அவர் பேசாமலிருப்பதிலேயே தெரிந்துவிடும். அவர்தான் எனக்கு யாரிடம் எப்படிப் பேச வேண்டும், பழக வேண்டும் என்றெல்லாம் சொல்லித் தந்தவர்.

அவர் சொல்லியும் அப்பா கேட்கவில்லை. நான் அமெரிக்காசென்றேதீரவேண்டும்என்றுபிடிவாதமாக இருந்து சாதித்தார். அப்பா, எனக்கு நிறையக் கற்றுக்

கொடுத்தார். அமெரிக்காவில் இளங்கலை மின் பொறியியல் படிப்பில் சேர்ந்தேன். பொறியியலில் அவ்வளவு பிடிப்பு ஏற்படவில்லை. ஆனாலும் பட்டம் முடித்தேன். அங்குப் பொருளாதாரம் சற்று மோசமான நிலைமையில் இருந்த காலம். அதன் தாக்கம், படித்து முடித்தவர்களுக்கு வேலை கிடைப்பது சிரமமாக இருந்தது. திரும்ப மலேசியா சென்றுவிடலாம் என்று முடிவு எடுத்து விட்டேன். ஆனால், 'இங்கே வந்து எந்தப் பயனும் இல்லை. அங்கேயே இருந்து, எதையோ பிடித்ததைச் செய்!' என்று என் தந்தை பிடிவாதமாகக் கூறிவிட்டார். எனவே வேறு வழியில்லை. முதுகலை படிப்பில் வணிக மேலாண்மை படித்தேன். சர்வதேச வணிகம் முதன்மைப் பாடம். இந்தப் படிப்பு ரொம்பப் பிடித்துப் போனது. அதன்பின் சர்வதேச நிதியியல் துறையில் பிஎச்.டி. ஆராய்ச்சிப் படிப்பை முடித்துத் தேர்ச்சி பெற்றேன். ஆரம்பக் கட்டத்தில் அமெரிக்கன் எக்ஸ்பிரஸ் போன்ற நிறுவனங்களில் வேலை பார்த்துவிட்டு, 1990களின் தொடக்கத்தில் சொந்தமாக ஒரு நிறுவனம் தொடங்கினேன். ஓக்லஹோமாவில் வாடிக்கையாளர்களுக்குச் சொத்து மற்றும் நிதி நிலை ஆலோசனைகள் வழங்கும் விதமாகத் தொடங்கப்பட்டது. எனக்குக் கீழே பதினொரு பேர் ஆலோசகர்களாகப் பணியாற்றினர். பின்னர், வணிகம் மற்றும் வரி சார்ந்த ஆலோசனைகளையும் வழங்கும் விதமாக அதை விரிவுபடுத்தினேன்.

2010ஆம் ஆண்டு, அந்த நிறுவனத்தை விற்றுவிட்டு ஐக்கிய நாடுகளின் அரசு சாரா தொண்டு நிறுவனங்களோடு சேர்ந்து வறுமை ஒழிப்பு, பெண்கள் முன்னேற்றம், ஓக்லஹோமா வெள்ள நிவாரணப் பணிகள் எனப் பல்வேறு நலப்பணிகளில் என்னை ஈடுபடுத்திக்கொண்டேன். ஐக்கிய நாடுகள்

அமைப்போடு சேர்ந்து செய்த இந்தப் பணிகள் மன நிறைவைத் தந்தன. ஆனால் பணம் பையை நிரப்பவில்லை. நான்கு ஆண்டுகளில் மீண்டும் நிறுவனத்தைத் தொடங்கினேன்.

இந்த முறை நிதானத்தோடு, இன்னும் தெளிவோடு அதை நிர்வகித்தேன். கடந்த முறை என்னிடம் 700 வாடிக்கையாளர்கள் இருந்தார்கள். இந்த முறை 50 பேர் தான். ஆனால் இவர்கள் எல்லோரும் முக்கியப் புள்ளிகள். அதனால் நெட்வொர்க் பலப்பட்டது. 'வாழ்க்கையில் ஜெயிக்க வேண்டுமென்றால், ஒரே சமயத்தில் நிறையச் செயல்களைச் செய்ய வேண்டும். அதைத் துரிதமாகவும் செய்ய வேண்டும்!' என்று பொதுவாக ஓர் எண்ணம் உண்டு. அதில் நான் உடன்படவில்லை.

இங்கே எல்லோரும் எல்லா செயலிலும் ஒருவித அவசரத்தைக் காட்டுகிறார்கள். பேசுவதிலும் கூட அவசரந்தான். முதலில் நாம் பேசுவதைக் குறைத்துக்கொண்டு, பிறர் சொல்வதை ஆழ்ந்து கேட்க வேண்டும். ஆழமாகப் படிக்கும் பழக்கமும் வேண்டும். இது இல்லாததால்தான் வாழ்க்கையைப் பற்றிய புரிதல் குறைந்து கொண்டே போகிறது. வெற்றி பெற நினைப்பவர்கள், தாம் செய்வதை சற்றே நிதானித்து, தன்னைத்தானே தனக்குள் பிரதிபலித்துக் கொள்ள நேரம் எடுத்துக் கொள்ள வேண்டும். அதன் பெயர்

'ரிஃப்ளெக்ஷன் டைம்'. தினமும் குறைந்தது பத்து முதல் முப்பது நிமிடங்கள் செலவு செய்து நம்மை நாமே அளவீடு செய்து, சரி பார்த்துக்கொள்ள வேண்டும். அதில் சுயம் அறிதல் முக்கியம். ஒருவர் தன்னைத்தானே அறிந்திருக்கவில்லை என்றால், அவர்

பிறரைப் புரிந்துகொள்ள முடியாது. உண்மையான வெற்றி என்பது நிதானத்தால் வருவது. ஒழுக்கத்தால் நிலைப்பது.

இப்படி என்னுடைய வாழ்வின் இரண்டாம் கட்டத்தை நெறிப்படுத்த சில வழிகாட்டிகள் கிடைத்தார்கள். ஒருவரின் வாழ்வில், ஆசானாக ஒருவரைத்தான் பின்பற்ற வேண்டும் என்று நண்பர்கள் கூறுவார்கள். ஆனால் என் கருத்தோ வேறு மாதிரியாக இருந்தது. 'மாறிக்கொண்டே இருப்பது தான் வாழ்க்கை. அடுத்தடுத்தக் கட்டங்கள் வரும், நாமும் வளர்ந்து கொண்டே இருப்போம். இதுதானே உண்மை? அப்படியிருக்க, எப்படிக் குறிப்பிட்ட ஒரு நபரின் மனநிலை மற்றும் கருத்துகள் நமக்கு எல்லாக் கட்டத்திலும் சரியான அறிவுறையைத் தர இயலும்? இப்படி நிறைய யோசனைகள், சிந்தனைகள். அதை ஏற்படுத்தித் தர வல்ல சில ஆசான்கள் என் வாழ்விலும் இருக்கிறார்கள். அவர்கள் அனைவரும் பணக்காரர்கள், சாதனையாளர்கள் அல்லர். சாதாரண மனிதர்கள்தான். ஆனால் வாழ்க்கையின் முக்கிய அம்சமான வேலை - குடும்பச் சமநிலையைப் பற்றி எனக்கு நிறையச் சொல்லித் தந்துள்ளார்கள்.

குறிக்கோள் என்பது வெறும் 'டாலர்கள்' மற்றும் 'சென்ட்' அல்ல என்பதை உணர்ந்திருக்கிறேன். 'நிதியியல் துறையிலிருந்துகொண்டு டாலர்கள் மட்டுமே வாழ்க்கை இல்லை!' என்று சொல்கிறீர்களே என வேடிக்கையாகச் சிலர் கேட்பார்கள். ஒவ்வொரு மனிதனின் பயணமும் தனித்துவம் வாய்ந்தது, அதை எப்படி ஒப்பீடு செய்வது? இங்கே அவரவர் வாழ்வில் வெற்றி என்பதன் அர்த்தம் வேறாக இருக்கும். அதை அறிந்துகொள்வது தான் முக்கியம் என்பேன்.

இன்றைய பெற்றோருக்கு நான் சொல்வது ஒன்றுதான். 'பிள்ளைகள் உலகம் அறிய வாய்ப்புத் தர வேண்டும். முடிந்த வரை பிற நாடுகளுக்குச் சென்று அங்குள்ள மக்கள், அவர்களின் வாழ்க்கை முறைகளை அறிந்துக்கொள்ள வேண்டும். உதாரணத்திற்கு, சீனாக்காரர்கள் கடின உழைப்பாளர்கள். அவர்கள் எண்ணமெல்லாம் வியாபாரம், சந்தையில் முன்னிலை பெறுவதிலேயேதான் இருக்கும். சீனாவில் வியாபார விஷயமாகப் போனால், அதைப் பற்றி மட்டும்தான் பேச்சிருக்கும். வீட்டிற்கு அழைப்பது, குடும்பத்தைப் பற்றிப் பேசுவதெல்லாம், அவ்வளவு எளிதில் நடக்காது. இதே நிலைதான் அமெரிக்காவிலும். வியாபாரப் பேச்சின்போது குடும்பத்தைப் பற்றிப் பேச்சு வந்தாலும் அதைத் தவிர்த்துவிடுவார்கள். ஆனால் இதுவே இந்தியா மற்றும் மத்திய கிழக்கு நாடுகளில் முதல் சந்திப்பில் வணிகத்தைப் பற்றிப் பேச மாட்டார்கள். மாறாகக் குடும்பம், சுற்றுச்சூழல் எனப் பேசிவிட்டு, அடுத்தச் சந்திப்பில்தான் வியாபார விஷயங்கள் வரும்.

தொழில் தொடங்கும் ஆர்வம் உள்ளவர்கள் இந்த முறைகளை அறியவேண்டும். சர்வதேச அளவில் வியாபாரம் செய்யவேண்டும் என்று நினைத்துக்கொண்டு, பிற நாடுகளைப் பற்றி அறியாமல் இருப்பது எந்த வகையிலும் பலனளிக்காது. பயணங்களிலும், உலக மக்களை அறிந்து கொள்வதிலும் முதலீடு செய்வது நல்லது. இந்தியாவைப் பொறுத்தவரை, இன்றைய உலகளாவிய நிலை இந்நாட்டின் வளர்ச்சிக்குச் சாதகமாக உள்ளது. இந்தியா, வல்லரசு நாடக ஆகாமல் போவதற்கு எந்தக் காரணமும் இல்லை. திறமை இருக்கிறது, படித்தவர்கள் இருக்கிறார்கள்,

வளங்கள் இருக்கிறது. நாம் இன்னும் இரண்டாம் கட்ட நாடுதான் என்ற மனநிலை எல்லாம் இல்லாமல், துணிந்து முயற்சி செய்தால், இங்குத் தடுக்க ஆளில்லை!

Bumblebee theory என்று ஒன்று உள்ளது. அது சரியாதவறா என்ற வாதத்தை விடுத்து அதில் இருக்கும் செய்தியைச் சொல்கிறேன். பம்பிள் வகை வண்டுகளின் உடல் அமைப்பை விட அதன் இறக்கைகள் சிறியதாக இருக்கும். எனவே, அவற்றால் பறக்கமுடியாது என்று ஆராய்ச்சிபூர்வமாகக் கூறுவார்கள்.

இந்த விஷயம் அந்த வண்டுகளுக்குத் தெரிய நியாயமில்லை. அவை சர்வ சாதாரணமாகப் பறந்து கொண்டிருக்கும். ஆராய்ச்சியாளர்கள்தான் சிண்டைப் பிய்த்துக்கொள்வார்கள். அதேபோல எந்த கவனச் சிதறலும் இல்லாமல், குறிக்கோளை நோக்கி திட்டமிட்டுப் பயணித்தால் தடையென்று எதுவுமிருக்காது.

வாழ்வில் அனைத்தும் நான் நினைத்தது போல் அமைந்தது என்று சொல்ல மாட்டேன். சிலவற்றைத் திட்டமிட்டேன். சிலவற்றை அதன் போக்கிலேயே ஏற்றுக்கொண்டேன். எனக்கான பாதையை நானே அமைத்து, தொடர்ந்து செயல்பட்டுக்கொண்டிருப்பதுதான் என் மீது பிறருக்கு மட்டுமல்ல; எனக்கே உள்ள நம்பிக்கையை இன்னும் உயிருடன் வைத்துள்ளது.’

காப்பிக் கோட்டையின் கதவைத் திறப்போம்

— சங்கர் கிருஷ்ணன்

காப்பி உற்பத்தியில் உலகின் முதல் பத்து இடங்களில் வருகிறது இந்தியா. இந்தியாவில் உள்ள காப்பி உற்பத்தியாளர்களுள் தமிழ்நாட்டைச் சேர்ந்த கண்ணன் ஜூபிலி காப்பி நிறுவனத்தினர் மிகவும் பிரபலம். இதன் இயக்குநர், சங்கர் கிருஷ்ணனைச் சந்தித்தோம்.

'தமிழ்நாட்டில், கோவை அன்னபூரணாவைத் தவிர வேறு எந்த உணவகத்துக்கும் செல்லுங்கள். அங்கே ஒரு காப்பி ஆர்டர் செய்தால், வருவது கண்ணன் காப்பியாகத்தான் இருக்கும்' என்கிறார் இவர். கண்ணன் ஜூபிலி காப்பி என்கிற நிறுவனம் தோன்றி வளர்ந்து வென்றது எப்படி என்று விவரிக்கிறார்:

'நேற்று தான் எங்களது எழுபதியோராவது கிளை திருப்பூரில் தொடங்கப்பட்டது. அடுத்தது,

பாண்டிச்சேரியில் திறக்கப்படுகிறது. இந்தியாவில் மட்டுமில்லாமல் துபாய், சிங்கப்பூர், மலேசியா, மொரிஷியஸ் போன்ற பல நாடுகளில் எங்களின் கிளைகள் உள்ளன. இதற்கெல்லாம் அஸ்திவாரம் இட்டது என் தாத்தா.

கோவை இரயில் நிலையத்தின் முன்புறம் என் தாத்தா சின்னதாக ஒரு கடை வைத்திருந்தார். 1971 இல் என் தந்தை அதை எடுத்து நடத்த ஆரம்பித்தார். அப்போது கண்ணன் காப்பி என்பதுதான் கடையின் பெயர். தாத்தாவின் மூத்த மகன் - அதாவது என் பெரியப்பாவின் பெயர் கண்ணன். அவரது பெயரில் ஆரம்பிக்கப்பட்டதுதான் கண்ணன் காப்பி. அதில் என் தந்தை ஜெயக்குமாரின் பெயரும் வரவேண்டும் என்று எண்ணி, அதன் முதல் எழுத்து 'ஜெ' வருகிற மாதிரி அமைத்து, கண்ணன் ஜூபிலி காபி கம்பெனி என்று பெயர் வைத்தார்.

அப்பா கடை ஆரம்பித்த புதிது. அப்பவே தொழிலை விட்டு விட்டுப் போகிற அளவுக்குக் கடும் சிக்கல். அந்நேரம் என் அம்மாவின் ஐந்து பவுன் தங்க சங்கிலிதான் உதவியது. அதை அடைமானம் வைத்து ஒரு மூட்டை காப்பிக் கொட்டைகளை வாங்கினார் அப்பா. விறகுக் கட்டை அடுப்பில் உருளிப் பாத்திரத்தை வைத்து அந்த காப்பிக் கொட்டைகளைப் பக்குவமாக வறுத்தெடுத்துத் தூளாக்கிக் கொண்டார். அதைக் கடை, கடையாய்க் கொண்டு போய் விற்று விட்டு வருவார். அப்பாவின் அந்தக் கடை கோயமுத்தூர் ஆர்.ஜி. வீதியிலிருந்தது.

அங்கே நடந்த விற்பனை போதவில்லை. அதை உயர்த்த வேண்டிய கட்டாயம் இருந்தது. எனவே அடுத்த ஆண்டே இரண்டாவது கடையை,

கோவை சிங்காநல்லூரில் தொடங்கினார். பஞ்சாலைகள் நிறைந்த பகுதி என்பதால் சிங்காநல்லூர் அப்போதுதான் வளர்ந்து வரும் இடமாக இருந்தது. மில் பணியாளர்களை எல்லாம் வாடிக்கையாளர்களாக்குவதே திட்டம். ஊரில் ஒரு மில் விடாமல் அனைத்திற்கும் சென்று சேரும் விதமாகக் காப்பியை சப்ளை செய்தார். அப்படியே இரண்டு கடை, மூன்றானது. மூன்று நான்கானது. கடைகளை இப்படியே விரிவுபடுத்தியவர் *1995* ஆம் ஆண்டு வாக்கில், 'இருக்கும் கடைகளே போதும். இதற்கு மேல் என்னால் கம்பெனியைப் பார்த்துக்கொள்ள முடியாது. வீட்டில் பெண்களுக்குக் கல்யாணம் செய்து வைக்க வேண்டும். இன்னும் மற்ற குடும்ப விஷயங்களைக் கவனிக்க வேண்டும்' என்று சொல்லி புதிய கிளைகள் நிறுவுவதை நிறுத்தி விட்டார். அதனால் எங்கள் நிறுவனத்தால் காலத்திற்கேற்ப நவீன தொழில் நுட்ப வளர்ச்சிகளைக் கொண்டு வர முடியவில்லை. அப்பா தொழிலை விரிவுபடுத்தாமல் இப்படி நிறுத்தியிருந்த *1995 - 2005* காலகட்டத்தில்தான் 'இன்ஸ்டன்ட் காபி' பிரபலம் பெற்றது. அதற்குள் எங்களால் போக முடியவில்லை. வளர்ச்சியும் நின்றுபோனது. கடைகளில் வரவை விடச் செலவுகள் அதிகமானது. அதைச் சமாளிக்க முடியவில்லை.

2006 ஆம் ஆண்டு நான் எம்.பி.ஏ முடித்தேன். எங்கள் கம்பெனியிலேயே பணியில் சேர்ந்தேன். நான்கு வருடங்கள்தான். கம்பெனியை விட்டுச் சென்றால் போதும்; நம்மால் இது முடியாது, இங்கு எதுவுமே இல்லை. இந்த ஊருக்குள் இதை வைத்து ஜெயிப்பது கஷ்டம் என்றாகி விட்டது. அந்த அளவு நெருக்கடி. ஒரு நாள் காரில் செல்லும்போது என் தாயிடம் 'அம்மா நான் கிளம்பிடலாம்ன்னு இருக்கேன். இந்தக்

கம்பெனியை என்னால் நடத்தவே முடியலை. தயவு செஞ்சு என்னை விட்டுடுங்க. இங்கே வளர்ச்சி இல்லை, வளர்ச்சி இல்லாத இடத்தில் என்னால் இருக்க முடியாது!' என்று சொல்லி அழ ஆரம்பித்து விட்டேன். என்னைத் தேற்றிய தாய், 'கவலைப்படாதே. ஒரு நாள் இந்தக் கம்பெனி நிச்சயம் நீ எதிர்பார்ப்பதற்கு மேலே வரும். ஆனால், அதைப் பார்க்க நான் இருக்க மாட்டேன்!' என்றார்.

அவர் வாய் முகூர்த்தமோ, ஆசியோ தெரியவில்லை. இது நடந்த ஒன்றிரண்டு வருடத்தில் ஒருவர் என்னைத் தேடி வந்தார். ரூ.25 ஆயிரம் ரொக்கம் கொடுத்து, 'எங்க ஊர் கோபியில் ஒரு கடை போடுங்கள். நான் பார்த்துக் கொள்கிறேன்!' என்றார். நான் அப்பவும், 'ஏங்க என்னோட கடையைப் பணம் போட்டு ஆரம்பித்து நீங்க என்ன பண்ணப் போறீங்க? வேற ஏதாவது பெரிய கம்பெனியை எடுத்துப் பண்ணுங்க!' என்று நம்பிக்கையில்லாமல்தான் பேசினேன். அவரோ விடாமல், 'இல்ல சார். நீங்க கொடுங்க. நான் பார்த்துக்கறேன்!' என்றார் உறுதியாக. அவர் எந்த நம்பிக்கையில் என்னிடம் வந்தார் தெரியவில்லை. அவருக்காகக் கோபியில் போட்டதுதான் எங்களுடைய பதினைந்தாவது கடை.

அப்போது என் அம்மா படுத்த படுக்கையில் இருந்தார். அந்த நிலையிலும் என்னைப் பார்த்து, 'நீ கண்டிப்பா நல்லா வருவே டா !' என்றுதான் சொன்னார். அதற்கு அடுத்த ஆண்டே 16வது கடை ஆரம்பித்தேன். இன்று அதுதான் 72வது கடையாக விழுது விட்டு நிற்கிறது.

தமிழ்நாடு முழுவதும் ஃபிரான்சைசிஸ் மாடல் கொண்டு வர வேண்டும். அதேபோல் எல்லா ஓட்டல்காரர்களும் நம்ம காப்பி பவுடர் தான்

வாங்க வேண்டும் என்று முடிவு செய்து, *2013* இல் அமெரிக்கா கிளம்பிச் சென்றேன்.'அங்கிருந்து ஓர் இயந்திரம் வாங்க வேண்டும்!' என்று அம்மாவிடம் சொல்லிவிட்டுத்தான் கிளம்பினேன். அப்பவும், 'நீ நல்லபடியா வாங்கிட்டு வருவே!' என்றுதான் வாழ்த்தினார். ஆனாலும் எனக்கு நம்பிக்கை இல்லை. ஏனென்றால் நான் பார்க்கப்போனது இரண்டரைக் கோடி ரூபாய் மதிப்புள்ள மெஷின். என்னிடம் அவ்வளவு பணம் இல்லை. 'எப்படி என்னால் வாங்க முடியும்?' என்று அம்மாவிடம் கேட்டேன். 'இல்லே, நீ வாங்கிட்டு வருவ!' என்றார் நிச்சயமான குரலில். அந்த அமெரிக்க கம்பெனிக்காரர்களிடம் உட்கார்ந்து பேசினேன். சூழ்நிலையைச் சொன்னேன். 'சரி எடுத்துக்கோ!' என்றார்கள். எப்படித் தெரியுமா? இரண்டரைக் கோடி ரூபாய் மெஷின் விலை ரூ. *85* லட்சம். நான் எதிர்பார்க்கவேயில்லை. அவர்களோ, 'எடுத்துட்டுப்போங்க சார்!' என்று கூலாகச் சொல்லிக் கொடுத்தார்கள். எனக்கு நம்ப முடியவில்லை. தாயின் ஆசி எதையெல்லாம் சாத்தியப்படுத்தும் என்பதைக் கண் முன்னே பார்த்தேன்.

அது ஒரு நவீன இயந்திரம். அதை வாங்கியதற்கும் ஒரு காரணம் இருந்தது. என் தொழில் சிக்கல்களைத் தொழில் முறை நண்பர் ஒருவரிடம் சொன்னேன். அதற்கு அவர், 'சட்டியிலிருந்தால் தானே அகப்பையில் வரும்? உங்கள் கிட்டச் சட்டியே இல்லை. எப்படி அகப்பையில் வரும்!' என்று சொல்லி விட்டார். அந்த வார்த்தையை என்னால் ஜீரணிக்கவே முடியவில்லை. அதாவது நவீனத் தொழில்நுட்பம் எங்களிடம் இல்லை என்பதை இப்படிக் கொச்சையாக சொல்லி விட்டார். இதைப் பற்றி என் இன்னொரு நெருங்கிய நண்பரிடம் சொல்லி வருத்தப்பட்டேன். அதற்கு அவர், 'கவலைப்படாதீர்கள். முதலில்

மெஷினை வாங்கிருவோம், அதுக்குப் பிறகு நம் காப்பி வகைகளை மேம்படுத்துவோம். அப்புறமா சந்தைக்குப் கொண்டு போறது எப்படியென்று யோசிப்போம்!' என்றார்.

அவர் அப்படி எடுத்துச் சொன்னபோதுதான், அமெரிக்கா கிளம்பினேன். அந்த மெஷின் வந்ததன் பிறகு நாங்கள் நிறையத் தயாரிப்புகளைப் பல அளவுகளில் கொண்டு வர முடிந்தது. நான்கே வருடங்கள்தான். என்னுடைய தயாரிப்புகளோடு என்னை ஏளனம் செய்த நண்பரிடம் சென்றேன். என்னுடைய காப்பியைச் சுவைத்துப் பார்த்து விட்டு, 'இப்படி ஒரு காப்பியை வாழ்நாளில் குடித்ததேயில்லை!' என்று ஒப்புக் கொண்டார். அந்த கோபிசெட்டிபாளையத்துக்காரர் என்னிடம் வந்து கடை போட்ட பிறகு, நிறையப் பேர் வந்தார்கள். உண்மையைச் சொல்லவேண்டும் என்றால் நான் யாரையும் தேடிப் போகவில்லை. அவர்களாகவே என்னிடம் வந்தார்கள். கேரள பிராந்தியத்தில் வர்த்தகத்தை விரிவு செய்ய முடிவு செய்து அதற்காக வேலை செய்தேன். தமிழ்நாட்டிலும் நல்ல வளர்ச்சி. அடுத்தது ஆந்திரம். அதன்பின் ஒருவர் வந்து, வெளிநாடுகளுக்கு அனுப்புங்கள் என்றார். இப்படித்தான் இந்த நிறுவனம் வளர்ந்தது.

நாங்கள் காப்பிக் கொட்டைகளைக் கர்நாடக மாநிலம் சிக்மகளூர், பாபா புதன்கிரி பகுதிகளிலிருந்து வாங்குகிறோம். நாங்கள் தேர்வு செய்யும் எஸ்டேட்களுக்குச் சில அளவுகோல்கள் இருக்கின்றன. கடல் மட்டத்திலிருந்து 2000 அடி மேலே இருக்க வேண்டும். குறிப்பிடத்தக்க அளவு மழைப் பொழிவும், தினமும் குறைந்தது நான்கு மணிநேரச் சூரிய வெளிச்சமும் அந்தப் பிராந்தியத்தில் இருக்க

வேண்டும். அங்கு வாங்கும் காப்பிக் கொட்டைகளை தரம் பிரித்து எங்களிடம் இருக்கும் இயந்திரங்களின் மூலம், நல்ல தரமான, நறுமணச் சுவை கொண்ட காப்பியை பொடிகளைத் தயாரிக்கிறோம். எங்கள் இரண்டு தொழிற்சாலைகளும் கோவையில்தான் உள்ளன. பணியாளர்கள்தான் எங்கள் குடும்பம். இது பேச்சளவில் மட்டுமல்ல. செயலளவில் உள்ளது. பொதுவாக எல்லா இடங்களிலும் ஊழியர்களுக்குப் பன்னிரண்டு மாதச் சம்பளம்தான் வருடம் முழுவதும் வரும். எங்களிடம் பதிமூன்று மாதச் சம்பளம். ஜூன் மாதம் பள்ளி, கல்லூரிச் செலவுகள் இருக்கும் அல்லவா. அதற்காக அந்த மாதம் மட்டும் இரண்டு மாதச் சம்பளம். போனஸ் தனி. அது இதனுடன் சேராது.

முதல் தொழிற்சாலையை 1987ம் ஆண்டு கட்டினோம். இன்றைய வளர்ச்சி, சந்தேகமின்றி என் தாயின் ஆசி' என்றவரிடம் இன்றைய இளைய தலைமுறைக்கு அவர் தரும் தொழில் டிப்ஸ் என்ன என்று கேட்டோம்.

'முதலில் ஒழுங்காகப் படித்து முடிக்க வேண்டும். குடும்பத் தொழிலாகவே இருந்தாலும் ஊழியராகச் சில வருடங்கள் அதில் வேலை பார்க்க வேண்டும். முதலாளி மனோபாவம் அப்போது இருக்கவே கூடாது. என்னைக் கேட்டால் படித்து முடித்ததும் வெளியே எங்காவது பத்தாயிரம் ரூபாய் சம்பளத்துக்குச் சில வருடங்கள் வேலை பார்ப்பது நல்லது. அனுபவங்களே சிறந்த முதலீடு. பத்து வருடங்கள் உழைத்து அனுபவம் சேகரித்துக்கொண்டு தொழில் தொடங்குவது நல்லது. இன்றைய சூழலில் எந்த ஒரு வங்கியும் 'ப்ராஜெக்ட் ஐடியா'வை வைத்துக் கடன் கொடுப்பதில்லை. சொத்துப் பத்திரம்/இணை இல்லாமல் யாரும் எதுவும் கொடுக்கமாட்டார்கள்.

அது பெரும் ஆபத்து. உள்ளதையும் இழந்து கடனாளியாக நிற்க கூடாது அல்லவா?

முதலீட்டை ஏற்பாடு செய்வதே பெரும்பாடாக இருக்கிறதென்றால், ஆரம்பிக்கப் போகும் தொழில் வெற்றியடையுமா இல்லையா என்பது அதை விட முக்கியமான விஷயம். இன்று எந்த வியாபாரம் எப்படிப் போகும் என்று சொல்ல முடியாது. எனவே ஒரு பக்கம் கடன் வாங்கிச் சிக்கிக் கொண்டு மறு பக்கம் தொழிலும் படுத்துவிட்டால், திண்டாட்டம் தான். எனவே எச்சரிக்கையுடன் முடிவுகளை எடுக்கவேண்டும். அது மட்டும் இருந்துவிட்டால் வெற்றி உறுதி' என்றார் சங்கர் கிருஷ்ணன்.

சாயலற்றவன்

— சுந்தர்ராம் கிருஷ்ணன்

பல கோடிகளில் பொருள் செலவு. புகழ்பெற்ற கதாநாயகன், கதாநாயகி. பிரபல தொழில் நுட்பக் கலைஞர்கள். மூன்று ஆண்டுகள் படப்பிடிப்பு. உலகெங்கும் உள்ள தியேட்டர்களில் ஒரே நேரத்தில் ரிலீஸ். வெளியான இரண்டாவது நாளே வெற்றி அறிவிப்பு. இதுதான் வெகுஜன தமிழ் சினிமாவின் வெற்றியைச் சொல்ல இன்று கடைப்பிடிக்கப்படுகிற நடைமுறை. சமீப காலமாக ஓடிடியில் வெளியாகும் திரைப்படங்கள் இந்த நிலைமையைச் சற்று மாற்றி வருகின்றன. பெரிய பட்ஜெட் வேண்டாம். பிரபல நடிகர்கள் வேண்டாம். அழுத்தமான கதை இருந்தால் போதும். மக்களுக்குப் பிடித்தால் போதவே போதும். சென்ற ஆண்டு இப்படி ஓடிடியில் வெளியாகி நல்ல பெயரும் வெற்றியும் கண்ட திரைப்படம், 'கயமை கடக்க'.

குறைந்த செலவு. இருபத்தைந்தே நாள்களில் படப்பிடிப்பு. மிரட்டும் தொழில் நுட்பம் எதுவும்

இல்லை. நல்ல கதை, சரியான திரைக்கதை. இயற்கைச் சூழலிலேயே ஒளிப்பதிவு. இதுவே இந்தப் படத்தின் வெற்றி. கயமை கடக்கவின் ஒளிப்பதிவாளர் சுந்தர்ராம் கிருஷ்ணன். பெயரைச் சொன்னதும் தெரிந்துவிடுகிற அளவுக்குப் பிரபலமில்லை. ஆனால், எட்டு ஆண்டுகள் குறும்படங்கள் எடுத்துத் தேர்ந்தவர். தற்போது தமிழில், 'சூப்பர் டூப்பர்', 'உணர்வுகள் தொடர்கதை', தெலுங்கில் 'நீத்தோ' போன்ற சில படங்களை முடித்துள்ளார். அடுத்த சில படங்களில் தீவிரமாக இருக்கிறார்.

வெற்றி என்பது தொடர்ந்து வரும் வாய்ப்புகளில் இருக்கிறது. ஆரவாரத்தில் அல்ல. இந்தத் தலைமுறை இப்படித்தான் நினைக்கிறது. சுந்தர்ராம் கிருஷ்ணனுடன் பேசினோம்...

'திரைக்கதை இயக்குநருடையது. அதற்கு வண்ணம் கொடுப்பதே ஒளிப்பதிவாளர் வேலை.' இதைச் சொன்னவர் சுதீப் சார்ட்டர்ஜி. அதேபோல ஒரு படத்தில், கதாசிரியருக்குக் கதை சொந்தம். இசைப் பகுதி இசைமைப்பாளருக்கான உரிமை. தயாரிப்பாளருக்குப் படத்தில் கிடைப்பது லாபம், நஷ்டம். ஒளிப்பதிவாளருக்கும், தொகுப்பாளருக்கும் இங்கே எதுவும் சொந்தம் கிடையாது. மற்றவர்களின் கனவுக்கு உயிர் கொடுக்கிறோம். இதை ஓர் ஒளிப்பதிவாளன் புரிந்து கொள்ள வேண்டும். சொந்த இமேஜைப் பற்றிக் கவலைப்படக் கூடாது. அதைத்தான் நான் செய்து கொண்டிருக்கிறேன்.

எனக்குப் பள்ளி நாட்களிலேயே வீட்டுப் பாடங்கள் பிடிக்காது. நீண்ட நேரம் ஓர் இடத்தில் அமர்ந்திருப்பது சரிப்படாது. இதற்காக ஆசிரியர்களுடன் பஞ்சாயத்தும் நடக்கும். அப்படியிருந்தும் பள்ளிக்குச் செல்வது

பிடித்திருந்தது. அதற்கு ஓவிய ஆசிரியர் முத்தரசன் காரணம். அவரது ஓவியங்கள் அப்படியானவை. ரசிக்க இரு கண்கள் போதாது. பள்ளிக்கூடம் என்றில்லை. ஓவிய ஆசிரியரின் வீட்டிற்கே போய் விடுவேன். அங்குதான் அதிக நேரம் என் வாசம். அதுவே கலை சார்ந்து எனக்கேற்பட்ட முதல் ஈர்ப்பு. கல்லூரியில் பொறியியல் படிப்பு. அதில் சேர்ந்த பின்புதான் அது நமக்குச் சுத்தமாக ஒத்து வராது என்று புரிந்தது.

அப்போது எல்லாம் நான் மரம் ஏற நினைக்கும் ஒரு மீன்தான். படிப்பில் சேர்ந்துகொண்டோம். அதை முடித்து விட வேண்டும். அதுதான் நோக்கம். ஆனாலும் பட்டப் படிப்பை டிஸ்டிங்ஷனில் முடித்தேன்.

சிறு வயதிலேயே எனக்குப் பயணங்கள் நிறைய வாய்த்தது. பத்தாவது படிக்கையில் நண்பர்களுடன் மூணாறு போனேன். அப்போது ஒரு கேமராவை வைத்துப் புகைப்படங்கள் எடுத்தேன். அதுதான் முதல் அனுபவம். அந்த அனுபவம் எனக்கு மிகவும் பிடித்திருந்தது. என் புகைப்படங்கள் நன்றாக உள்ளன எனப் பலரும் பாராட்டினார்கள். அந்த உந்துதல். புகைப்படப் போட்டிகளில் கலந்துகொள்ள ஆரம்பித்தேன். புகைப்படம் சார்ந்து வரும் வேலைகளை எடுத்துச் செய்தேன்.

பத்திரிகைத் துறையிலும் கால் வைத்தேன். ஒரு முறை எழுத்தாளர் ஜெயமோகனிடம் பேட்டிக்குச் சென்றேன். அவரது 'எழுதுக' புத்தகத்தில் இருப்பது நான் எடுத்த படம்தான். அது ஒரு அமைதியான பயணம். இந்த நிலையில் சந்தோஷ் சிவனின் பயிற்சி வகுப்புகள் பற்றி அறிந்தேன். அதில் என் பெயரைப் பதிவு செய்தேன். பதினைந்து நாள்கள் நடைபெற்ற

பயிற்சிப் பட்டறை. அதில் நேரடியாகப் படம் எடுக்கும் அனுபவம் உள்படப் பல விஷயங்கள் தெரிந்துகொண்டேன்.

அதைவிட முக்கியம், அங்கே சந்தோஷ் சிவனுடன் நான் உரையாடிய பொழுதுகள். அவரது உதவியாளராகச் சேர்ந்திருந்தால் கூட இவ்வளவு கற்றிருக்க முடியாது. அதுவே எனக்குச் சொந்தமாகப் படம் எடுக்கும் நம்பிக்கையைக் கொடுத்தது.

கல்லூரி முடித்திருந்த நேரம். என்னுடைய சேமிப்பிலிருந்த பணம். நண்பர்களின் நிதி உதவி. அதை வைத்து ஒரு படம் எடுக்க ஆரம்பித்தோம். உள்ளூரிலேயே படப்பிடிப்பு. படத்தின் அறுபது சதவீத வேலைகள் முடிந்திருந்தன. எடிட்டிங்குக்குக் கொண்டு போனேன். அப்போதுதான் தெரிந்தது, அதில் ஒலி பதியவே இல்லை என்பது.

நம்பிப் பணம் கொடுத்தவர்கள் என்ன நினைப்பார்கள்? படம் நன்றாக வரவில்லை என்றால் ஏமாற்றம் ஆவார்கள். அமெரிக்காவில் வசிப்பவரை ஹீரோவாக வைத்துத்தான் படம் எடுத்திருந்தோம். அதன் பிறகு அதை ஒன்றும் செய்ய முடியவில்லை. அந்த நேரத்தில்தான் ஒரு பிரபலமான கேமராமேனிடம் உதவியாளர் வாய்ப்பு அமைந்தது.

சினிமாவில் பல படி நிலைகள் உண்டு. அது எனக்கும் தெரியும். அதிலும் புதியவர்கள் கஷ்டம் சொல்லில் அடங்காது. அதற்காக உதவியாளர்கள் மேல் கை வைப்பது, காயப்படுத்துவது போன்றவற்றை என்னால் ஏற்றுக்கொள்ள முடியாது. அப்படியொரு சூழ்நிலை அங்கே. அதனால் கொஞ்சம் நாள்களில் அங்கிருந்து வெளியே வந்து விட்டேன். குழப்பமான

சூழ்நிலை. ஏற்கனவே முடிக்காமல் விட்ட என் முதல் படம் நினைவில் ஆடியது. அந்தக் கதையில் சிறு மாறுதல்கள் செய்தேன்.

நான் வசித்த பக்கத்து வீட்டில் இரண்டு சிறுவர்கள் கிடைத்தார்கள். கதைக்கேற்ற பாத்திரங்களாகத் தெரிந்தார்கள். அவர்களை வைத்து, பள்ளி விடுமுறை நாள்களில் படம் எடுத்துவிடத் திட்டமிட்டேன். '99 மைல்ஸ்' என்பது படத்தின் பெயர். இறந்து போன தந்தையைத் தேடிச் செல்லும் ஒரு சிறுவனின் பயணம். இதுதான் ஒன் லைன். அப்படத்தை எடுத்து முடித்து விட்டேன். இன்னும் கூட அதை வெளியிட முடியவில்லை. அதற்குச் சில காரணங்கள். ஆனால் சர்வதேசப் பட விழாவிற்கு அனுப்பினோம்.

இந்தச் சந்தர்ப்பத்தில்தான் 'கயமை கடக்க' வாய்ப்புக் கிடைத்தது. கிரண், மணி ரத்தினத்திடம் உதவி இயக்குநராக இருந்தவர். என்னுடைய '99 மைல்ஸ்' படத்தின் தொகுப்பாளர் அவர்தான். 'கயமை கடக்க' வெளி வந்து சிறந்த பாராட்டைப் பெற்றது மகிழ்ச்சியளிக்கிறது. காட்சிகள் சரியாக அமையக் கடுமையாக உழைத்தோம். அதை விட அந்த உழைப்பில் செலுத்திய நேர்மைதான் படத்தை வெற்றியடைய வைத்தது. இன்று அடுத்தடுத்த வாய்ப்புகளுக்கு அதுவே காரணமாகி இருக்கிறது.

என் பெற்றோர்கள் எல்லோரையும் போல நானும் பொறியாளனாக ஆவேன், கை நிறைய சம்பாதிப்பேன், வெளி நாடுகளுக்கு வேலைக்குச் செல்வேன் என்றெல்லாம்தான் கனா கண்டிருக்கிறார்கள். எனவே என் சினிமா முடிவைச் சொன்னதும் எந்தப் பிரதிபலிப்பையும் காட்டவில்லை. ஒன்று, கௌதம் மேனன் படத்தில் வரும் அப்பாக்கள் போல

சந்தோஷப்பட்டிருக்கலாம். ‘சூப்பர்டா, போயி ஜெயிச்சுட்டு வா’ன்னு சொல்லியிருக்கலாம். ‘டான்’ படத்தின் சமுத்திரக் கனியைப் போல என்னை இம்சையாவது செய்திருக்கலாம். எதுவுமே இல்லை. சினிமாவில் யாருக்கு எப்போது உயர்வு வரும் என்பது யாருக்குத் தெரியும். அது அவர்களுக்கும் புரியாதுதானே?

எனவே ‘இவன் வாழ்க்கையில் சரியாக வருவானா?’ என்ற கவலைகள் சதா வாட்டியது. கொஞ்ச காலம்தான். பிறகு போகப் போகப் புரிந்து கொண்டார்கள். நான் எடுத்த படங்களை அவர்களிடம் போட்டுக் காட்டுவேன். முகம் மலரும். அது புதிய தெம்பைக் கொடுக்கும். ஆனாலும் எனக்குப் பெண் பார்க்கும்போது, ‘மாப்ள கேமரா மேன்னு சொன்னா, கல்யாணங்கள்ல போட்டோ வீடியோ எடுக்கிற கேமராமேனான்னு கேட்பாங்க. சினிமா கேமராமேன்னு சொன்னா முகம் சுழிச்சவங்களும் உண்டு. ‘கல்யாண வீடியோ எடுத்தாலாவது பணம் கிடைக்கும். சினிமாவில் அதுவும் வராதே!’ன்னு என்னிடமே அனுதாபமாக்க கேட்டிருக்கிறார்கள். என்ன செய்ய? இதுவும் சேர்ந்ததுதான் கலை வாழ்க்கை.

என் கல்லூரிக் காலத்தில் உறவினர் ஒருவர் பிலிம் ஸ்கூல் போயிருந்தார். அவர் வீட்டிற்குச் சென்று அவருடைய சில புத்தகங்களை ஒரு முறை எடுத்து வந்து விட்டேன். ஒளிப்பதிவைப் பற்றிய முக்கியமான புத்தகங்கள். நான் வகுப்பில் கடைசி பெஞ்ச். அங்கே அவற்றைத் தான் படித்துக் கொண்டிருப்பேன். அதனால் என்னிடமிருந்து கேமராவை என்னாலேயே பறிக்க முடியாத நிலை உண்டானது அப்போதிலிருந்துதான்.

ஒளிப்பதிவில் நான் பலருக்கு ஏகலைவன். ஆனால் யாரிடமும் உதவியாளராகச் சேரவில்லை. அதனாலேயே என்னுடைய ஒளிப்பதிவு ஸ்டைல் யாருடைய சாயலும் இல்லாமல் இருக்கிறது. அடிக்கடி என்னுடைய வேலை சரியாக இருக்கிறதா என்ற ஐயம் வரும். அப்போது சற்று நிதானித்துக் கவனித்தால் இயற்கை அந்தப் பதிலைத் தந்து விடும். ஓர் ஒளிப்பதிவாளராக என்னுடைய பாணி இதுதான் என்று எதுவும் இல்லை. கதைகளுக்குத் தகுந்தவாறு அது மாறிக்கொண்டே இருக்கிறது. தொழில் நுட்ப ரீதியாக ஒன்றைப் புதுமையாகச் செய்யலாம். நாளையே இன்னொரு புதிய நுட்பம் வந்துவிடும்.

வெற்றிகரமான ஒளிப்பதிவுக்கு ஒளிப்பதிவாளரின் தனித்திறமைதான் முக்கியம். கேமரா இரண்டாம் பட்சம்தான். தொழில் நுட்ப வளர்ச்சிகளைப் பயன்படுத்தினால் நன்றாகத்தான் இருக்கும். ஆனால் அது எந்த அளவிற்குக் கதைக்குப் பலம் சேர்க்கிறது என்பதைப் பொறுத்தே வெற்றி அமையும்.

இயற்கையின் இயல்பு, மாறிக்கொண்டே இருப்பது. காலையைப் போல மாலை இருப்பதில்லை. என்னை நானும் இயற்கையின் தன்மையைக் கொண்டவனாக உணர்கிறேன். அதனிடமிருந்தே அனைத்தையும் பெறுகிறேன். அதையே மீண்டும் புதியதாக உண்டாக்குகிறேன். நான் எடுத்த படங்கள் அனைத்தும் ஒன்றுக்கொன்று வேறுபட்டவை. 'இந்தப் படத்தை எடுத்தவரா அதை எடுத்தார்?' என்று கேட்கும்படிதான் அவை இருக்கும். அதுதான் என்னுடைய பாணி. நாம் பேசிக்கொண்டு இருக்கும் இந்த நிமிடத்தில் கூட ஒரு விண்மீன் மண்டலமே உருவாகியிருக்கும். இன்னொரு மண்டலம் அழிந்திருக்கும். அத்தனைப் பிரமிப்பானது இயற்கை. அதுதான் என்னையும் இயக்குகிறது' என்கிறார் சுந்தர்ராம் கிருஷ்ணன்

தமிழ், வாழ வைக்கும்!

– சுமதி ஸ்ரீ

உலகில் உள்ள பெரும்பாலான தமிழ்ச் சங்கங்களில் சொற்பொழிவாற்றி இருக்கும் ஒரே தமிழ்ப் பேச்சாளர் என்றால் அது சுமதி ஸ்ரீ தான். அமெரிக்கா முதல் ஆஸ்திரேலியா வரை எல்லோரும் செல்லும் இடங்களைச் சுற்றி வந்து சொற்பொழிவாற்றுவதில் ஒன்றுமில்லை. ஜாம்பியா, உகாண்டா என்று நாம் மேப்பில் மட்டும் பார்த்திருக்கக் கூடிய தேசங்களுக்கெல்லாம் சென்று வென்று வந்திருக்கிறார். மேடைப் பேச்சை ரசிப்பதெல்லாம் அந்தக் காலம் என்று ஒதுக்கிவிடவே முடியாது. இந்தத் தலைமுறை இளைஞர்களையும் தமது பேச்சாற்றலால் சுண்டி இழுத்து உட்கார வைக்கிறார் சுமதி ஸ்ரீ. எப்படிச் சாதித்தார் இந்தத் துறையில்?

'என் சொந்த ஊர் திருச்சி. என் தாய்க்கு திருச்சிக்குப் பக்கத்து ஊர் என்னவென்றே தெரியாது. என் பாட்டியோ பக்கத்துக் கிராமத்தைக்கூடப்

பார்த்ததில்லை. அப்படிப்பட்ட பரம்பரையிலிருந்து வந்தவள் இன்று சொற்பொழிவுகளுக்காக உலகம் சுற்றிக்கொண்டிருக்கிறேன் என்றால், காரணம் தமிழ். அதுதான் எனக்கு எல்லாம் தந்தது.

நான் முதன் முதலில் மேடையேறியதே ஒரு மறக்க முடியாத சம்பவம்.

நான்காம் வகுப்பு படித்த சமயம். அன்று எங்கள் பகுதியில் ஏதோ கலவரம். பள்ளிக்கு விடுமுறை அளித்து விட்டார்கள். அனைவரையும் வீட்டிற்கும் போகச் சொல்லிவிட்டனர். என்னை அழைத்துச் செல்லும் வண்டி வரும் வரை சும்மா இருக்க வேண்டாமே என்று வகுப்பறையில் படித்துக்கொண்டிருந்தேன். அதைப் பார்த்துவிட்டார் தலைமை ஆசிரியர். 'அப்படி என்னம்மா படிச்சுட்டு இருக்கே?' என்று கேட்டார். நான் வாசித்துக்கொண்டிருந்த வ.உ.சி கட்டுரையைக் காட்டி, சுருக்கமாக ஒரு சொற்பொழிவாற்றினேன். கூடவே 'அச்சமில்லை அச்சமில்லை!'ன்னு முழக்கமிட்டுப் பாட ஆரம்பிச்சுட்டேன். அந்தப் பேச்சு அவருக்குப் பிடித்து விட்டது.

இதை இப்படியே நாளைக்குக் காலையில் பிரேயரில் பேசணும், சரியா?'ன்னுட்டார். நானும் பேசினேன். பொதுவாஎட்டாம்வகுப்புப்படிக்கிறஅக்காக்கள்தான் தினமும் பேசுவாங்க. அன்றைக்கு நான் மொழிச் சுத்தமா, உச்சரிப்புக் கச்சிதமா பேசியதைக் கேட்டு எல்லோருமே ஆச்சர்யப்பட்டுட்டாங்க. நல்ல கைதட்டல். அனைவருக்கும் பிடித்தும் விட்டது.

அன்றிலிருந்து எட்டாம் வகுப்பு முடியும் வரை நான்தான் பள்ளிக்கூட ப்ரேயரில் பேசினேன். எங்கள் வீட்டில் பெண்கள் யாரும் சத்தம் போட்டுப்

பேச மாட்டார்கள். அதுவும் ஆண்கள் இருந்தால் ரொம்ப சன்னமான குரலில்தான் கிசுகிசுப்பாங்க. அப்படியில்லாமல் நான் மேடையில் கத்தி பேசும் போது ஒரு சுதந்திரம் உணர்ந்தேன். அதற்கும் மேல எல்லோரும் அதைப் பாராட்டுவது, பரிசளிப்பது எனக்கு ரொம்பப் புதுசா இருந்தது. ரொம்ப ரொம்ப பிடித்தும் போனது. அதுதான் தொடர்ந்து மேடைப் பேச்சில் சொல்ல முடியாத அளவு ஆர்வம் வளர்ந்தது.

கட்டுப்பெட்டியான குடும்பம். அதிலிருந்து வந்த ஒரு பெண் பிள்ளை. இப்படிப் பொது நிகழ்ச்சிகளில் பேசினால் சும்மா இருப்பார்களா? எல்லா ஊரிலும் இருக்கவே இருக்கிறார்கள் நான்கு பேர். அவர்கள் என் அப்பாவிடம் வத்தி வைத்து விட்டார்கள். அவர் என்னை அழைத்துக் கண்டித்தார். அப்பவும் நான் விடவில்லை. பேசிக் கொண்டேயிருந்தேன். இந்த முறை உறவினர்கள், 'இப்படிப் பொம்பளைப் புள்ளையப் பேச விட்டுட்டு இருக்கியே. அவ படிப்பு என்னத்துக்காகும்?' என்று கொம்பு சீவி விட்டார்கள். பிறகென்ன? என் பெற்றோர் நேரே பள்ளிக்கூடத்துக்கு புகாருடன் வந்து விட்டார்கள்.

'இவள் பேச்சுப் போட்டிகளுக்குப் போவது சரியல்ல. அதனால் அவளுக்குப் படிப்பில் கவனம் இருப்பதில்லை. மதிப்பெண்கள் குறைகிறது. இனிமேல் போட்டிகளுக்கு அனுப்ப வேண்டாம்!' என்று அவர்களே முடிவெடுத்து தலைமையாசிரியரிடம் கோரிக்கை வைத்தார்கள். என் தலைமை ஆசிரியர் என் மீதும், என் பேச்சுத் திறமையின் பாலும் அக்கறையுள்ளவர். எனக்கு ஆதரவாகப் பேசினார். 'ஒரு வகுப்பில் - பள்ளியில், முதல் ரேங்க் யார் வேண்டுமானாலும் வாங்கலாம். இப்படிப் பேசுவதற்கு ஆள் வேண்டுமே!'என்றும்

வாதிட்டார். அப்பா அவர் பேச்சில் 'கப்சிப்' ஆகிவிட்டார். தேர்வு சமயங்களில் பேச்சுப் போட்டிகளுக்குச் செல்லவேண்டிய சூழல் வந்தது. இம்முறை எதிர்ப்புத் தெரிவித்தது வகுப்பு ஆசிரியர்கள்.

அப்போதும் என்னை விட்டுக்கொடுக்காமல் நின்றார் என் தலைமை ஆசிரியர். 'இவள் பேச்சுப் போட்டிக்குச் சென்று விட்டு வந்து தேர்வு எழுதட்டும். இவளுக்கென்று தனியாக வினாத் தாளைத் தயார் செய்து கொடுங்கள்!' என்று உத்திரவிட்டார். யார் தருவார் இப்படியொரு செயலூக்கம்? நான் இன்று பெறும் ஒவ்வொரு கைதட்டலுக்கும் தலைமையாசிரியர் எத்திலின்தான் கரணம்.

ஹோலி கிராஸ் கல்லூரியில் இளங்கலை விலங்கியல் படிப்பில் சேர்ந்திருந்த காலம். பல்கலைக்கழக அளவில் பேச்சுப் போட்டிகள் நடந்தது. அதில் கலந்து கொள்வதற்காகச் சுற்றி இருக்கும் ஊர்களுக்குச் சென்று வருவேன். அந்தப் பயணம் மிகுந்த உற்சாகத்தைக் கொடுத்தது. நான் ஒரு விழாவிலோ அல்லது போட்டியிலோ பேசுவதைப் பார்க்கும் சிறப்பு விருந்தினர்கள் மெய் மறந்து போய்விடுவதுண்டு. அதன் பின்னே அவர்களின் விழாக்களுக்கு என்னையே தொகுப்பாளராகவோ, பேச்சாளராகவோ அழைப்பது வாடிக்கையானது.

சில சமயங்களில் என் ஆசிரியர்கள் செல்ல முடியாத விழாக்களுக்கு நான் சிறப்பு விருந்தினராகச் சென்றிருக்கிறேன். ஒரு கட்டத்தில் அவர்கள் என் ஆசிரியர்களிடம், 'நீங்கள் வர வேண்டாம் சுமதியை வரச் சொல்லுங்கள்!' என்று சொல்லும் சம்பவங்களும் நடந்துள்ளது.

மகளிர் சுய உதவிக் குழுக்கள் பிரபலமாகத் தொடங்கிய காலம். அக்குழுவினர் நடத்தும் விழாக்களின் அமைப்பாளர்கள் என்னைப் பேச அழைப்பார்கள். அப்போது என்னுடைய விடுதிக்கு வந்து நிகழ்ச்சிகள் பற்றிச் சொல்லுவார்கள். சில தகவல்கள் சரியாக என்னை வந்து சேராது. எனவே அனைத்து விவரங்களையும் நினைத்த நேரத்தில் சொல்வதற்கு வசதியாக ஒரு கைபேசி வாங்கித் தந்தார்கள்.

ஒரு பெண்ணுக்கு அவளது முதல் கைபேசியைக் காதலனோ கணவனோதான் வாங்கிக் கொடுப்பார்கள். ஆனால் எனக்கு என் மேடைப் பேச்சுதான் வாங்கிக் கொடுத்தது. கைபேசி மட்டுமல்ல, வாழ்க்கையில் எல்லாமே மேடைப் பேச்சின் மூலமே கிடைத்தது.

ஆனால், இதையெல்லாம் என் தந்தை ஒரு நாளும் ஆதரிக்கவில்லை. இருபது வயதில் வீட்டை விட்டு வெளியேறும் சூழ்நிலை வந்தது. உடுத்தியிருந்த நைட்டியுடன் பட்டப் படிப்புச் சான்றிதழ்களைக் கையில் எடுத்துக் கொண்டு வெளியேறினேன்.

தாற்காலிகமாகக் கல்லூரி விடுதியில் தங்க இடம் கிடைத்தது. படிப்பு முடிந்ததும் பெற்றோர் மீண்டும் பஞ்சாயத்துக்கு வந்தனர். என் பாதுகாப்பு முக்கியம் என்று சொல்லி ஆசிரியர்கள் சமரசம் செய்து பார்த்தனர். நான் சமாதானமாகவே இல்லை. தொடர்ந்து தஞ்சாவூரில் ஒரு நிறுவனத்தின் விற்பனையாளராக வேலைக்குச் சேர்ந்தேன். கட்டைப் பையை எடுத்துக் கொண்டு ஊர் முழுவதும் சுற்றியுள்ளேன். விற்பனையாளர்கள் அனுபவிக்க நேரும் சிரமங்கள், அவமானங்கள் கொஞ்ச நஞ்சமல்ல. அதை ஊர் அறியும். நான் அனுபவித்தேன்.

அப்போது அபிராமி என்ற பெண் என்னுடன் வேலை பார்த்தாள். தினமும் இரவில் மாடியில் அவளை உட்காரவைத்து வித விதமாகப் பேசிக் காண்பிப்பேன். ஒவ்வொரு இரவும் என்னுடைய பேச்சுக்கள் அங்கே அரங்கேற்றம் கண்டன.

ஆரம்பத்தில் இந்த விஷயம் வீட்டு ஓனருக்குப் புரியவில்லை. பின்பு பக்கத்துக்கு வீடு, எதிர் வீடு என்று அனைவரும் கூட ஆரம்பித்தனர். ஒரு கட்டத்தில் பேசி முடித்து விட்டு மாடியில் இருந்து கிழே பார்த்தால் ஒரு கூட்டமே நிற்கும். 'நேற்று பேசின அதே பாயிண்டைப் பேசாதப்பா. வேற பேசு!' என்றெல்லாம் கூட அவர்கள் சொல்வார்கள்.

ஒரு சமயம் புத்தகங்களை விற்கக் கும்பகோணத்தில் ஒரு கல்லூரிக்குச் சென்றிருந்தேன். காவலர் என்னை உள்ளே விடவில்லை. எப்படியோ நைச்சியமாகப் பேசி உள்ளே சென்று விட்டேன். அதைப் பார்த்தக் கல்லூரி ஊழியர் ஒருவர் என்னை எதுவும் சொல்லவில்லை. மாறாக, என்னை அனுமதித்ததற்கு அந்தக் காவலரை ரொம்பக் கடிந்து கொண்டார். பதினைந்து வருடங்களுக்குப் பிறகு அதே கல்லூரிக்குச் சிறப்பு விருந்தினராகச் சென்றேன். வாழ்கை ஒரு வட்டம் எனும் வசனம்தான் அப்போது என் நினைவுக்கு வந்தது.

ஒரு விற்பனையாளராகவே வாழ்க்கையைத் தொடர்வதா? கூடாது. நம் தகுதிகளை உயர்த்திக் கொள்ள வேண்டும் என்று புரிந்தது. முதுகலை தமிழ் படிக்க வேண்டும் என்று முடிவு செய்தேன். ஆனால் யார் படிக்க வைப்பார்கள். அப்போது திருச்சியில் உள்ளூர்ச் சேனல் ஒன்றில் வேலை செய்து கொண்டிருந்தேன்.

புனித ஜோசப் கல்லூரி முதல்வரை பேட்டியெடுக்க அந்த டீவிக்காகச் சென்றேன். அப்போது எனக்கு இருந்த படிக்கும் ஆசையை அவரிடம் சொன்னேன். அவர் அடுத்த நாளே என்னை வந்து கல்லூரியில் சேர்ந்து கொள்ளச் சொன்னார். ஆனால் என்னால் கல்விக் கட்டணம் செலுத்த முடியவில்லை. ஆபிசில் இருந்து தினமும் சொல்லி அனுப்புவார்கள். ஒரு நாள் அக்கல்லூரி முதல்வரிடம் சென்று, 'எனக்கு டீசியைத் திருப்பிக் கொடுங்கள். நான் படிக்க வேண்டும் என்று ஆசைப்பட்டது தவறு!' என்றேன்.

அவர் உடனே, உனக்கு இப்போ டீசி கொடுத்தால் படிப்பு முழுமையடையாது. எனவே அதைச் செய்ய மாட்டேன். உனக்கு உதவி செய்ய நிச்சயம் யாராவது வருவார்கள்!' என்று சொல்லி அனுப்பி விட்டார்.

'எனக்கு யார் உதவப் போகிறார்கள்? இவர் புரிந்துகொள்ள மாட்டேங்கிறாரே!' என்றுதான் புலம்பிக்கொண்டே போனேன். மாவட்ட மைய நூலகத்தில் ஒரு முறை தினத்தந்தியைப் புரட்டிக் கொண்டிருந்தபோது, ஒரு விளம்பரம் கண்ணில்பட்டது. அது, 'ஏழை மாணவர்களுக்குக் கல்வி உதவி வழங்கப்பட்டது' என்கிற அறிவிப்பு.

நாகப்பா கார்ப்பரேஷன் - நாகப்பன் என்பவர் ரோட்டரி கிளப் மூலம் கல்வி உதவித் தொகையை வழங்கியது அதிலிருந்தது. அவரிடம் சென்று உதவி கேட்க முடிவு எடுத்தேன். அப்போது என்னிடம் ஒரு நல்ல செருப்புக் கூடக் கிடையாது. தோழியின் உடைகளைத்தான் வாங்கிப் போட்டுக் கொண்டு சென்றேன். நாகப்பனிடம் போய் விவரம் சொன்னேன். அவர், 'எவ்வளவு பணம் கட்ட வேண்டும்?' எனக் கேட்டார். '6500 ருபாய்' என்றேன்.

2003 -இல் அது பெரிய தொகை. அவர், 'நாளைக்கு வந்து செக் வாங்கிக்கோங்க!' என்று சொன்னார்.

இப்படித்தான் ஆடிட்டர் மோகன், ஈரோடு தன்வந்திரி கல்லூரி நாகராஜன் போன்ற பலர் எனக்கு வெவ்வேறு சமயங்களில் கல்லூரி கட்டணத் தொகையைத் தந்து உதவினார்கள். அதனால்தான் என்னால் படிப்பைத் தொடர முடிந்தது.

ஒரு சமயம் இரவு எட்டு மணி இருக்கும். மூன்று மாதம் விடுதிக் கட்டணம் கட்டவில்லையென்று அங்கிருந்து வெளியே போ என்று துரத்திவிட்டார்கள். அப்போது 'ஆட்டோகிராப்' படம் வெளியாகியிருந்தது.

காலை நாளிதழில், படத்தின் விளம்பரம் பார்த்திருந்தேன். படத்தைப் பார்த்துவிட்டுக் கருத்துகளைப் பகிர அழைக்கவும் என்று ஒரு நம்பர் இருந்தது. அது நினைவில் வர, அவர்களுக்கு நான் போன் செய்தேன். அது இயக்குநர் சேரன் அவர்களின் அலுவலகம். அவர்தான் போன் எடுத்தார். நான் 'ஓ' வென்று அழத்துவங்கி விட்டேன். பின்பு என் நிலையைச் சொன்னேன். அவர் உடனே என் பெற்றோரைப் பற்றிக் கேட்டார். எனக்கு அப்படி யாரும் இல்லை என்று சொன்னேன். 'எனக்கு யோசிக்க அவகாசம் கொடுங்கள்!' என்று சொன்னார்.

அந்த பூத் நம்பர் வாங்கிக் கொண்டு, 'நீங்கள் ஒரு பத்து நிமிஷம் அங்கேயே பத்திரமாக இருங்கள். நான் திரும்ப அழைக்கிறேன்!' என்று சொன்னார். அன்று கைபேசி, ஜிபே எல்லாம் இல்லை. சிறிது நேரத்தில் அவரிடமிருந்து அழைப்பு வந்தது. 'திருச்சியில் சோனா மினா தியேட்டரில் என் படம் ஓடுகிறது. அங்கே சென்று மேனேஜரிடம் பணத்தை வாங்கி, விடுதியில்

கட்டி விடுங்கள். நான் எல்லாம் பேசி விட்டேன்!' என்று சொன்னார். இந்தச் சூழ்நிலையில் நிச்சயம் நான் சாப்பிட்டு இருக்கமாட்டேன் என்பதை அறிந்து எனக்குச் சாப்பிட ஏதாவது கொடுத்தனுப்பவும் சொல்லிருக்கிறார் சேரன்.

படிப்பு முடிந்தது. உடனே திருச்சி PKR கல்லூரியில் ஆசிரியராகப் பணி வாய்ப்புக் கிடைத்தது. அக்கல்லூரியில் சேர்ந்த நாள் என்னுடைய கஷ்டங்கள் எல்லாம் தீர்ந்தது. கோவில் விழாக்கள், லயன்ஸ் கிளப், ரோட்டரி கிளப் விழாக்கள் போன்றவைகளில் பங்கேற்க ஆரம்பித்தேன். படிப்படியாக முன்னேற்றங்கள் வந்தன.

என் கணவரின் பெயர் பென்னி. என்னுடையது காதல் திருமணம். எங்களுக்கு இரண்டு குழந்தைகள். இன்றைக்கும் என் முழுப் பலமாக இருக்கிறார். நீ ஊர் ஊரகப் பேசப் போய்விட்டால், வீட்டை யார் கவனிப்பது என்று மட்டும் அவர் கேட்டிருந்தால், நான் இந்த உயரத்தை தொட்டிருக்க முடியாது. என்னுடைய அனைத்து முயற்சிகளிலும் எனக்கு உற்ற துணையாக அவரே உள்ளார்.

பட்டிமன்ற நிகழ்ச்சிகளை அத்தனை பேரும்தான் பார்க்கிறார்கள். அதன் கலகலப்பும், சுவாரஸ்யமும் அனைவருக்கும் பிடிக்கும்தான். ஆனால் அதன் மறுபக்கத்தைப் பெரும்பாலும் யாரும் அறிந்திருக்க வாய்ப்பில்லை.

பொதுவாகப் பட்டிமன்றத்தில் நன்றாகப் பேசினாலே மணி அடித்து உட்காரச் சொல்லிவிடுவார்கள். பேச்சாளர்களுக்கு வாய்ப்புக் கொடுப்பது நடுவர்கள்தான். சேனல்கள் அல்ல.

இங்கே பட்டிமன்றப் பேச்சாளர்களுக்கு வாய்ப்பு அவரவர் தனித் திறமையின் மூலம் கிடைப்பதாகவே நினைக்கிறார்கள். அது அவர்கள் பேச்சுத் திறமையால் கிடைப்பது அல்ல. பட்டிமன்ற நடுவருக்குத் துதி பாடி, பெட்டி தூக்கி, அவர் மனத்தைக் கவரும் திறமையால் வந்த வாய்ப்பு.

அது நமக்குச் சரிப்பட்டு வருமா? அதனால்தான் சுயேச்சைப் பேச்சாளராக ஆனேன். அதிலிருந்துதான் கோவில் விழாக்கள், பள்ளிக் கல்லூரி விழாக்கள், தமிழ் மன்ற நிகழ்ச்சிகளில் இடம் கிடைத்தது. பின்னாளில் நான் சொந்தமாக ஒரு மீடியா நிறுவனம் தொடங்குவதற்கும் இதுவே காரணமாக அமைந்தது. 'லக்வி மீடியா' எனது இரு குழந்தைகளின் பெயரில் தொடங்கப்பட்டதாகும்.

இதன் மூலம் தொலைக்காட்சிகளில் ஆன்மிகப் பேச்சு நிகழ்ச்சிகளை வெளியிடுகிறோம். பண்டிகை நிகழ்ச்சிகளை வழங்குகிறோம். வரும் காலங்களில் படைப்புக்களைக் கொண்டு வர பணிகளைச் செய்து கொண்டிருக்கிறோம்.

தமிழ் எனக்கு வளங்களை வாரிக்கொடுத்துள்ளது. அதில் இன்று நலமாக இருக்கின்றேன். பலருக்கும் வேலை வாய்ப்பைக் கொடுக்கும் தகுதிக்கு என் தமிழ் என்னைஉயர்த்தியிருக்கிறது. இளையவர்களுக்கு நான் சொல்வதெல்லாம் ஒன்றுதான். அடுத்தவர்களைப் பற்றிக் கவலையே படாதீர்கள். நமது வெற்றி என்பது நம்மால் மட்டுமே தீர்மானிக்கப்படுவது. சொந்தத் திறமைகளை - ஆற்றல்களை வளர்த்துக் கொண்டே இருந்தால் போதும். வாழ்க்கை நிறைவாகவே இருக்கும்.

பாத்திரங்களுக்கு உயிர் இருக்கிறது...

— ஆத்மலிங்கம், வள்ளி விலாஸ்

டிகிரி காப்பி எந்தளவுக்குப் புகழ் பெற்றதோ, அதே அளவுக்கு அது தரப்படும் பித்தளை டபரா தம்ளரும் புகழ் மிக்கதுதான். இந்த இரண்டுமே கும்பகோணத்தின் அடையாளங்களுள் முக்கியமானவை. காப்பியைப் பிறகு பார்க்கலாம். அந்தப் பித்தளைப் பாத்திரங்களை இப்போது பார்ப்போம். காப்பி தம்ளர் மட்டுமல்ல. இதர அனைத்து விதப் பித்தளைப் பாத்திரங்களுக்கும் அன்று முதல் இன்று வரை கும்பகோணம் வள்ளி விலாஸ் என்றால் தனி மதிப்பு.

இந்த பிராண்டின் மூலஸ்தானம், குடந்தை மெட்டல் இண்டஸ்ட்ரீஸ். தமிழகத்திலேயே முதன் முதலாக உருவான உலோக உருக்கு உருட்டு ஆலை. இதன் பின்னர் தமிழகத்தில் பல இடங்களில் இதுபோன்ற ஆலைகள் உருவாயின. ஆனால் அவை தொடர்ந்து நடக்கவில்லை. நஷ்டம் காரணமாக

நிறுத்தப்பட்டன. ஆனால் எப்படியோ இன்று வரை இந்தக் குடந்தை மெட்டல் இண்டஸ்ட்ரீஸ் மட்டும் செயல்பட்டுக்கொண்டிருக்கிறது.

விஎஸ்ஏ ஆவத்த செட்டியார் என்றால் கும்பகோணத்தில் அனைவருக்கும் தெரியும். இவரது குடும்பத்தின் மூன்றாவது தலைமுறை இன்று இத்தொழிலை நடத்திக்கொண்டிருக்கிறது. வள்ளி விலாஸ் பிராண்டில் பித்தளை, எவர் சில்வர் பாத்திரங்களை இவர்கள் உற்பத்தி செய்கிறார்கள்.

ஆவத்த செட்டியாரின் மகன் ஆத்மலிங்கம். இவரது மகன் வள்ளிக்கண்ணன்தான் இன்று இந்த ஆலையை நிர்வகித்து வருகிறார். பாத்திரத் தொழிலில் வள்ளி விலாஸ் வென்ற கதையை இவர்களிடம் கேட்டோம்.

'என் தந்தை திண்ணைப் பள்ளிக்கூடத்தில்தான் படித்தார். பிழையற்ற தமிழறிவும், கணிதத் தேர்ச்சியும் பெற்றவர். விவசாயம் செய்து வந்த தாத்தாவுக்கு நகர்ப்புறத்தில் பாத்திர வணிகமும் இருந்தது. சில்லறை விற்பனையாக ஆரம்பித்ததுதான். என் பள்ளிப்பருவம் முடியும் வரை பொறுத்திருந்தார். பிறகுதான் தொழிலின் அடுத்தக் கட்டம் பற்றித் துணிச்சலாக முடிவு எடுத்தார்.

சில்லறை வணிகமாகப் பத்திரங்களை இப்படி வாங்கி விற்பனை செய்யும்போது, அதையே ஏன் உற்பத்தி செய்யக்கூடாது? அது நமக்கும் லாபகரமாக இருக்க வேண்டும். வாங்கும் மக்களுக்கும் மலிவாக, தரமாகக் கிடைக்க வேண்டும் என்பதை லட்சியமாகவே கொண்டார். அந்தக் காலத்தில் அவருக்கு எந்த மேலை நாட்டு பிசினஸ் படிப்பறிவும் இல்லை. எல்லாம் அவர் கற்ற திண்ணைப் பள்ளிக்கூடப் பாடத்தின் மகிமைதான்.

பாத்திர உற்பத்திக்குத் தேவையான மூலப் பொருட்கள் பித்தளைத் தகடுகளும், வில்லைகளும்தான். இவற்றை வெளிச் சந்தையில் வாங்கிப் பாத்திரங்கள் தயாரித்தார். அதையே இன்னும் செம்மைப்படுத்த வேண்டும் என்று இந்தத் தகடுகள், வில்லைகள் *(sheets & Circles)* தயாரிக்கும் ரோலிங் மில்லையும் நிறுவினார். அதைத்தான் தமிழில் உலோக உருக்கு உருட்டாலை என்கிறோம்.

கையிருப்பு சொற்பம். அவருக்கு இருந்த நற்பெயரே பணப்புழக்கம் உள்ள மனிதர்களிடம் கடன் பெறும் வாய்ப்பை அளித்தது. அதற்கு நியாயமான வட்டியும் அளித்தார். அந்தப் பணத்தையே மூலதனமாக்கி ஆலையைச் செம்மைப் படுத்தினார். கும்பகோணத்தில் இருக்கும் ஒரே உலோக ஆலை எங்களுடையது தான்.

இந்த உலோக உருக்கு உருட்டு ஆலைகள் தொடங்கியதும் பெரிய வருவாய் கிடைத்து விடவில்லை. முதல் இரண்டு வருடங்கள் சுமாரான வருவாய்தான். அதைத் தாண்டி தகடுகள் தயாரிப்பில் உறுதியான கவனம் செலுத்தியதால் வாடிக்கையாளரிடம் நல்ல வரவேற்பு. வருடந்தோறும் ஈட்டிய வருமானத்தை மேலும் தொழிலிலேயே முதலீடு செய்தார். வியாபாரம் விரிவடைந்தது. அதனால் பாத்திரங்கள் சில்லறை விற்பனை நிலையம் என்பது மொத்த விற்பனை நிறுவனமாக உருமாற்றமடைந்தது.

உழைப்பும் நேர்மையுமே உயர்வுக்கு வழி. சோம்பலற்ற உழைப்பே நம்மை மேம்படுத்துகிறது. கவனச் சிதறல் தவிர்த்துத் தொழில் புரிதல் அவசியம். நமக்கான வாய்ப்பு ஒரு நாள் கிட்டும். அந்த

ஒரே நோக்கத்தில் நமது உழைப்பைச் செலுத்த வேண்டும். அதுதான் எங்கள் தாத்தா காலம் முதல் எங்கள் குடும்பத்துக்குத் தாரக மந்திரம்.' என்றார் ஆத்மலிங்கம்.

இன்றைய தலைமுறையின் பார்வை இந்தப் பாத்திரத் தொழிலில் எப்படியிருக்கிறது? இன்றைய டிஸ்போசபிள் உலகில் பித்தளைப் பாத்திரங்களுக்கு வரவேற்பு எப்படி? ஆத்மலிங்கத்தின் மகன் வள்ளிக்கண்ணனிடம் கேட்டோம்.

'காரைக்குடி, தேவகோட்டை உள்ளிட்ட ஊர்களில் பித்தளைப் பாத்திரங்களுக்கு எப்போதும் மதிப்பு உண்டு. இன்றும் அங்கு பல வீடுகளில இருக்கும் நூறு வருடப் பழமையான பாத்திரங்கள் மேலும் ஐம்பது வருடங்கள் உபயோகப்படுத்தக் கூடிய தரத்தில் உள்ளது. பித்தளை என்பது ஏழைகளின் தங்கம் என்பது என்றைக்கும் பொருந்தும்.

திருமணம் போன்ற விழாக்களுக்கு மக்கள் மொத்தமாக வாங்கும் பொருட்கள் தங்கம், வெள்ளி, வீட்டுச் சாமான்கள். இவற்றில் தங்க நகைகள், வெள்ளிச் சாமான்கள் வாங்கும்போது கடைக்காரர்கள் சொல்லும் விலையைக் கொடுத்து விடுவார்கள். ஆனால் பாத்திரக் கடைகளில் மட்டும் பேரம் பேசாமல் எதையும் வாங்கவே மாட்டார்கள்.

சென்னை போன்ற பெரு நகரங்களிலாவது இன்று எல்லாமே கணினி மயம். பொருளின் விலையை ஸ்கேன் செய்து பில் தந்து விடுவார்கள். ஆனால் எங்களைப் போன்று ஊர்ப் பக்கங்களில் தொழில் புரிவோர் நிலைமை கொஞ்சம் கஷ்டம்தான். பேரம் இல்லாமல் விற்பனை இல்லை.

இங்கே கல்யாணச் சீர் வகைகளுக்குப் பொருட்களை வாங்குபர்கள், பொதுவாகக் குடும்பமாகத் தான் வருவார்கள். சில சமயம் மாப்பிள்ளை வீட்டுச் சொந்தங்கள் பெண் வீட்டுச் சொந்தங்கள் என்று கும்பலே வந்துவிடும்.

காலையில் கடை திறந்ததும் வந்தார்கள் என்றால் ஒரே திருவிழா கூட்டமாக இருக்கும். அந்த டிசைன் காட்டுங்க, வேற மாடல் இருக்கா என்று குத்து விளக்கு, அண்டா, குண்டா, பாத்திர வகைகள் எதையும் மிச்சம் வைக்காமல் எடுத்துவைத்து விடுவார்கள். பின்னர்தான் பேரமே ஆரம்பிக்கும். பத்து லட்சத்திற்கு எடுத்து வைத்த சாமான்களை ஐந்தாறு லட்சத்திற்குக் கேட்பார்கள். சில சமயங்களில் சம்பந்தமே இல்லாமல் சண்டை பிடிப்பவர்களுக்கு உண்டு.

அப்படியும் இல்லையா. எடுத்து வைத்த பொருட்கள் எல்லாம் அப்படியே இருக்கட்டும். நாங்கள் பக்கத்துக்குக் கடைக்கு ஓர் எட்டுப் போய்ப் பார்த்துட்டு வந்துடறோம் என்று சொல்லிவிட்டுச் சென்றுவிடுவார்கள்.

முக்கியமான விழாவிற்குச் சீர் பொருட்கள் வாங்குகிறார்கள். ஒன்றிற்கு இரண்டு கடைகள் பார்த்து, விசாரித்து வாங்குவது தவறில்லைதான். ஆனால் ஒரு நாள் முழுவதும் நான்கு ஐந்து ஊழியர்களை வேலை வாங்கி, அனைத்துப் பொருட்களையும் எடுத்து வைத்த பின்பு எதுவுமே வேண்டாம் என்று சொல்லி நடையைக் கட்டுவது எங்கள் தொழிலில்தான் அதிகம் நடக்கிறது. இது ஏமாற்றத்தைத் தரும் விஷயம்தான். அதுவே பழகியும் போய்விட்டது.

ஒரு சில வாடிக்கையாளர்கள் மற்ற கடைகளுக்குச் செல்வர். அங்கு விலையை விசாரித்துவிட்டுத் திரும்பி எங்களிடமே வருவர். நாம் நியாயமான விலையைத் தான் சொல்கிறோம். நேர்மையாகத் தொழில் செய்கிறோம் என்ற உறுதிப்பாடு நமக்கு வரும். அதன் மூலம் நம் கடைக்கு அவர்கள் ரெகுலர் வாடிக்கையாளர் ஆகி விடுவர்.

நம் மக்களுக்குத் தெரிந்த கடைதானே என்று விட்டுவிடக் கூடாது. எப்போதும் புதுமைகளையும் விளம்பரங்களையும் செய்ய வேண்டும். தரத்தையும், விலை மலிவையும் உறுதிப்படுத்திக் கொண்டே இருக்க வேண்டும்.

நகரங்களில் இருப்பது போன்ற வசதிகளை நம் ஊர் மக்களுக்கும் கொடுக்க வேண்டும் என்று நினைத்தோம். அதற்காகக் கடையின் அமைப்பையே மாற்றினோம். அது நல்ல பலனளித்தது. பித்தளைச் சாமான்களிலிருந்து ஆரம்பித்து, ஸ்டெயின்லெஸ் ஸ்டீல் சாமான்களுக்கும் விரிவுபடுத்தி உள்ளோம். இப்போது அனைத்து வீட்டு உபயோகப்பொருட்களும் ஒரே இடத்தில் கிடைக்குமாறு செய்திருக்கிறோம்.

அந்தக் காலம் என்றால் திருமணச் சீரில் பித்தளைப் பாத்திரங்களுக்குப் பெரிய இடம் இருக்கும். இன்று அதெல்லாம் இல்லை. ஒப்புக்கு ஒன்றிரண்டு பாத்திரங்களை வாங்கிக் கொடுக்கிறார்கள். அனைத்து வசதிகளுடன் கூடிய பிளாட். வெளிநாடுகளில் குளு குளு ஹாலிடே பேக்கஜ். அதுவும் இல்லையென்றால் காஸ்ட்லியான கார்,பைக். இப்படிப்பட்ட சமாசாரங்களைச் சீராகக் கேட்டு வாங்கிக் கொள்ளும் உலகில் பித்தளையின் மகிமை பெரும்பாலும் யாருக்கும் புரிவதில்லை.

இனி வரும் காலங்களில் இந்தச் சீர் முறைகள் முற்றிலும் மாறலாம். பாத்திரம், பண்டம் கொடுக்கும் வழக்கம் இல்லாமலே கூடப் போகலாம். பாத்திரப் பண்டங்கள்தானே, இதில் என்ன செண்டிமெண்ட் என்று பலர் சொல்லக் கேட்டிருக்கிறேன். அப்படி அது கடந்து போகிற விஷயம் அல்ல. அந்தக் கால சீர் வரிசையில் பாருங்கள். நம் தாத்தா-பாட்டி, அவங்க அப்பா, அம்மா பெயர்கள் பொறிக்கப்பட்டிருக்கும். அது நம் மூதாதைகளின் பாரம்பரியத்தை வெளிப்படுத்தும் அம்சம். அவர்கள் தம் அடையாளமாக நமக்கு விட்டுச் சென்றிருப்பது இந்தப் பழமையான பாத்திரங்கள்தான். அதற்கு உயிர் இருக்கிறது. அது அவர்களின் நினைவுப் பொக்கிஷம். அவர்கள் விட்டுச்சென்ற கொடை. இந்தத் தலைமுறைக்கு இதனைப் புரிய வைப்பதும் எங்கள் தொழிலின் ஓர் அம்சமாக இன்று ஆகியிருக்கிறது' என்றார், வள்ளிக் கண்ணன்.

என் கனவு, என் கிராமம், என் மக்கள்

— செல்வ முரளி

அந்த மாணவனுக்குக் கணினி அறிவியல் மிகவும் இஷ்டம். கணிதமோ வேம்பு. ப்ளஸ் டூவில் கணிதப் பாடத்தோடு சேர்ந்ததுதான் கணினி அறிவியல் பாடப் பிரிவு *(Computer science group)*. ஆனாலும் கணினி படித்தே ஆக வேண்டும் என்ற வேட்கை.

கணினிப் பாடப் பிரிவைக் கேட்டான். தலைமையாசிரியரோ உனக்கு கணிதம் வராது, வேறு பாடப்பிரிவு எடுத்துக் கொள் என கைகாட்டினார். இல்லே சார். சமாளிச்சுக்குவேன். கணிதம் நல்லா படிச்சுக்குவேன் என்று கெஞ்சிக் கூத்தாடி, கணினிப் பாடப்பிரிவை வாங்கி விட்டான். மாங்கு மாங்கென்று படித்தான். பொதுத்தேர்வில் கணினிப் பாடத்தில் நூற்றியெண்பது மதிப்பெண்கள். ஆனால் கணிதத்தில் பெயில். டிகிரி படிக்க வழியில்லை. அப்பாவுடன் விவசாயம் பார்த்தான். பத்திரிகையில் லே அவுட் ஆர்ட்டிஸ்ட் வேலையில் சேர்ந்தான்.

இன்னும் எங்கெங்கோ ஏதேதோ வேலை. இருந்தாலும் கணினி மென்பொருள் உருவாக்கம் சார்ந்த கனவுகள் உள்ளுக்குள் உருண்டு கொண்டே இருந்தன. வெறுமனே பிழைப்பு மட்டும் அல்ல வாழ்க்கை. அது லட்சியத்தோடு, தன் ஆர்வத்தோடு இயைந்தது. தன் லட்சியம் ஆர்வம் எல்லாமே இந்த கணினி மென்பொருள்தான். எங்கே போனாலும், எந்த வேலை செய்தாலும் சிந்தனை மொத்தமும் அதன் மீதுதான்.

அதன் விளைவு, கிருஷ்ணகிரி மாவட்டத்தில் மத்தூர் என்னும் குக்கிராமத்தில் விஷுவல் மீடியா டெக்னாலஜிஸ் என்ற கம்பெனியை ஆரம்பித்தார். அது இந்த வருடம் பன்னிரண்டு ஆண்டுகளைக் கடந்து பதிமூன்றாம் ஆண்டில் அடியெடுத்து வைக்கிறது. இவர் உருவாக்கிய விவசாயம், சித்த மருத்துவம், கோலம் போடுதல் போன்ற பதினைந்து செயலிகள் *(app)* சில மாதங்களில் லட்சக்கணக்கில் பதிவிறக்கம் செய்யப்பட்டவை. இன்றைக்குப் பல இணைய இதழ்களின் தொழில் நுட்பப் பங்களிப்புகள் இவருடையதாக இருக்கிறது. திரள் (செய்திகளைச் சேகரித்து வகைப்படுத்தும் செயலி) அக்ரி சக்தி (தரவு அறிவியல் சார்ந்த விவசாய மின்னிதழ்) என்ற வேறு முகங்களும் உண்டு. விவசாயத் துறையில் மென்பொருள் நுட்பத்தை இணைத்து தொழில் நுட்ப ரீதியாகப் பல முக்கிய ஆராய்ச்சிப் பணிகளைச் செய்கிறார். சென்னை உள்ளிட்ட பெருநகரங்களில் வாய்ப்புகள் பல இவரைத் தேடி வந்தன. அவற்றை எல்லாம் நிராகரித்து விட்டார். என்ன செய்தாலும் என் கிராமத்தில் இருந்தே செய்வேன் என்று விடாப்பிடியாக மத்தூரிலேயே இருந்து செயல்படுகிறார். தமிழ்க்கணினி பணிகளுக்காக 2017-இல் தமிழ்நாடு முதலமைச்சர் விருது பெற்றுள்ள

செல்வ முரளியை உங்களுக்குத் தெரியும். நீங்கள் படித்துக்கொண்டிருக்கும் இந்த மெட்ராஸ் பேப்பர் இணையத்தளத்தை வடிவமைத்தவர் அவர்தான்.

'நான் பிறந்து வளர்ந்தது எல்லாமே மத்தூர்தான். அப்பா செல்வராஜ். தானிய வியாபாரம் செய்து வந்தார். விவசாயிகளிடம் விளைபொருட்களை வாங்கி அதைப் பெரிய சந்தைகளுக்கு விற்பதுதான் அவர் பணி. அம்மா ஞானமணி. பள்ளியில் படிக்கும் போது வீட்டில் படிப்பு சொல்லிக் கொடுப்பது அவர்தான். பள்ளிப் பருவத்தில் அண்ணாமலை படம் பார்த்து விட்டு அட மீன் செத்தால் கருவாடு. நீ செத்தா வெறும் கூடு பாடல் வரிகளை அடிக்கடி வாய்விட்டுப் பாடித் திரிவேன். அதைக் கவனித்த அம்மா டேய் இங்கே வா. நீ பாடிய பாட்டு இந்தப் புத்தகத்தில் இருக்கு. அதைக் கண்டுபிடிச்சுட்டேன்னா உனக்கு முறுக்கு சுட்டுத் தர்றேன்னு சொன்னார். அவர் என் கையில் அப்ப கொடுத்த புத்தகம் அர்த்தமுள்ள இந்துமதம். எப்படியோ இந்தப் புத்தகத்தில் அந்த வரிகளைக் கண்டுபிடிச்சுட்டா முறுக்கு கிடைக்கும்ங்கிற ஆசையில் மொத்தத்தையும் படிச்சு முடிச்சுட்டேன். ஆனா அந்த வரியத்தான் காணலை. இருந்தாலும் அந்த சம்பவத்தின் மூலமா எனக்குள்ளே வாசிப்புப் பழக்கம் சட்டுன்னு தொற்றிடுச்சு. அது தீவிர வாசிப்பு பழக்கமா மாறிப் போச்சு. அதுதான் இன்று வரை என் தொழிலிலும், வாழ்விலும் வந்த பல சங்கடமான சமயங்களில் என்னை நிலை தடுமாறாமல் பார்த்துக் கொண்டது. நான் பத்தாவது படிச்சிட்டிருந்தபோதே தினசரிகளைப் படித்து விடும் பழக்கம் இருந்தது. அப்படி ஒரு நாள் தினத்தந்தியில் இனிமேல் உலகத்தில் உள்ள அனைத்தும் கணினி மயம் ஆகப்போகிறது. அதுதான் உலகத்தை எதிர்காலத்தில் ஆளப் போகிறது என்ற செய்தியை

வாசித்தேன். அதுவே என் மனத்தில் ஆழமாகப் பதிந்து கொண்டது. அப்போதிருந்து படித்தால் கணினிப்படிப்புதான் படிக்க வேண்டும் என்று வைராக்கியம் வைத்திருந்தேன்.

அப்படித்தான் ப்ளஸ் டூவில் கணினி அறிவியல் பாடம்படிக்கஎன்வாத்தியாரிடம்கேட்டேன்.அவரோ நீ கணிதம்தான் படிக்க வேண்டும். கிராமப்புற மாணவர்களுக்கு ஆங்கிலம் வராது. எனவே அந்தப் பிரிவு தர முடியாது என்றார். எனக்குக் கம்யூட்டர் பிரிவுதான் வேண்டும் வேறு எதுவும் வேண்டாம் என்று ஒரு வாரம் அடம் பிடித்தேன். என்னுடைய பிடிவாதத்தின் பலன், என்னைக் கணினிப் பிரிவில் சேர்த்துக் கொண்டார்கள்.

பன்னிரண்டாம் வகுப்புப் படிக்கும் போது தமிழ்த் தட்டச்சுக் கற்றுக் கொள்ளத் தொடங்கியிருந்தேன். அந்தக் காலக்கட்டத்தில் அப்பாவின் தொழில் சரியாக இல்லை. எனவே பள்ளிக் கட்டணம் செலுத்த முடியவில்லை. அப்போது எனக்காக அக்கா வேலை செய்து ஆயிரம் ருபாய் பணம் தந்தார். அதனால்தான் தொடர்ந்து நான் பள்ளிக்குச் சென்றேன். குடும்பச் சூழல் தந்த அழுத்தத்தால் படிப்பில் என்னால் கவனம் செலுத்த முடியவில்லை. ஆனால் கம்ப்யூட்டர் மேல் இருந்த ஆர்வம் மட்டும் குறையவேயில்லை. முழுக் கவனமும் அதில்தான் இருந்தது. சில பாடங்கள் எடுப்பதற்கு வாத்தியர்களே இருக்க மாட்டார்கள். எனவே எப்போதெல்லாம் சமயம் கிடைக்கிறதோ. அப்போதெல்லாம் கணினி சார்ந்து நானே கிடைத்ததை எல்லாம் படித்தேன். அதனால் பன்னிரண்டாம் வகுப்பில் கணிதத்தில் பெயில். கணினியிலோ நூற்றியென்பது மதிப்பெண்கள். என்ன பயன்?

ஒரு வருடம் அப்பாவின் தொழிலைப் பார்க்க ஆரம்பித்தேன். அப்போது குடும்ப நண்பர் ஒருவர் அப்பாவின் வியாபாரம் படு மோசமாக இருக்கிறது. இந்த நிலையில் நீ கவனம் வைத்தால்தான் எல்லாம் சரி ஆகும். இருக்கும் பணப் பிரச்சனையை நீ வேலைக்குச் சென்று தீர்க்க முடியாது. சொந்தமாகத் தொழில் தொடங்கிச் சம்பாதித்தால்தான் கட்டுப்படியாகும் என்று கூறிச் சென்றார்.

அப்போதே சொந்தத் தொழில்தான் நாம் தேர்ந்தெடுக்க வேண்டிய பாதை என்று புரிந்து போனது. *2003* ஆம் ஆண்டு சேலம் மாவட்டம் தினமலரில் வேலைக்குச் சேர்ந்தேன். அங்கே இரவு வேலை. முதலில் எழுநூற்றி ஐம்பது ரூபாய் சம்பளம். பிறகு ஆயிரத்து ஐந்நூறு ரூபாய் தந்தார்கள். மூன்று வருடம் அங்கே இருந்தேன். அப்போது பகுதி நேரம் இளங்கலை கணினி அறிவியலில் சேர்ந்தேன். கூடவே மதியநேரம் *yellow pages* இல் வேலை செய்தேன். அப்போதெல்லாம் தூக்கம் என்பது நான்கு மணிநேரம்தான். தினமலரில் இருக்கும் போதே சேலம் சோனா காலேஜ் மூலம் சில கணினிப் படிப்புகளைக் கற்றுக் கொண்டேன். ஹார்ட்வர் நெட் வொர்க்கிங், அதன்பின் மைக்ரோசாப்ட் சார்ந்து ஒரு படிப்பு என்று என்னுடைய சீனியர்கள் சேர்த்து விட்டார்கள்.

மூன்று வருடங்கள் தினமலரில். பிறகு தினகரனில். அங்கே ஆறாயிரம் சம்பளம். இடையே பகுதி நேரமாகச் சேர்ந்திருந்த இளங்கலைப் படிப்பைத் தொடர முடியவில்லை. சம்பாதித்து, வீட்டிற்குப் பணம் அனுப்பினால் உதவியாக இருக்கும் என்ற நிலை. பிறகு ஒரு நாள் டைம்ஸ் ஆப் இண்டியா நேர்காணல் சென்றேன். அனைத்திலும் செலக்ட்

ஆகி விட்டேன். டிகிரி இல்லை என்பதால் வேலை இல்லை என்று சொல்லி விட்டார்கள்.

அப்போதுதான் பட்டப்படிப்பு எவ்வளவு முக்கியம் என்று புரிந்தது. தொடர்ந்து நண்பர்கள் உதவியுடன் பட்டப்படிப்பை அரியர்ஸ் இல்லாமல் எழுதி முடித்தேன். அதே வேளை சேலம் நண்பர்களுடன் கணினி பராமரிப்பு வேலைகள் எடுத்து செய்து கொண்டிருந்தேன். தொழில் தொடங்கலாம்; கணினி சார்ந்து என்னென்ன தேவைகள் இருக்கிறது என்று பார்த்தேன். வெப்சைட் டெவலப்மெண்ட் என்னும் வலைத்தளக் கட்டமைப்பிற்கான தேவை பெருமளவு உள்ளதை அறிந்தேன். சென்னையில் தமிழாக்கம் 2006 என்று ஒரு பயிற்சி வகுப்பை நடத்தினார் ஆழி செந்தில்நாதன். அதில் தமிழ் கற்றவர்கள் என்னவெல்லாம் செய்யலாம் என்று தெரிந்து கொள்ள முடிந்தது. டெக்னாலஜி குறித்த கட்டுரைகள் நிறைய எழுதி வந்ததைப் பார்த்த செந்தில்நாதன், விடாமல் இதை எழுதுங்கள் நல்ல வாய்ப்பு இருக்கிறது என்று ஊக்கப்படுத்தினார்.

முத்தமிழ் மன்றத்தில் ரத்னகிரி என்றொரு நண்பர் வலைத்தள வாய்ப்புகள் குறித்து நிறைய எனக்குக் கூறினார். தனபால் என்ற நண்பர் அவரது கிரெடிட் கார்டை வைத்து நூறு டாலர் தந்தார். அதை வைத்து ஹோஸ்மான்ஸ்டர்.காம் இன்சர்வர் வாங்கினேன். அங்கிருந்து படிப்படியாக என் சொந்த வேலை தொடங்கியது.

2009-ல் எனக்கு உடல் நலக்குறைவு ஏற்பட்டது. நான் வேலைபார்த்த சர்வர் ரூம் குளிரூட்டப்பட்ட அறை. அங்கிருந்து வெளியே வரவேண்டிய நிர்ப்பந்தம். தஞ்சாவூர் தமிழ் பல்கலைக்கழகத்தில்

வேலைக்குச் சேர்நதேன். அங்கே ஓலைச்சுவடிகள் ஸ்கேன் செய்யும் பணி. முந்தைய சம்பளத்தில் நான்கில் ஒரு பங்குதான் கிடைத்தது. ஆனாலும் அது முக்கியமான பணி. அதைச் செய்ய வேண்டும் என்று என் உள் மனம் சொன்னது. என் தாத்தா ஒரு சித்த மருத்துவர். அவரது ஓலைச்சுவடிகளை யாரோ எடுத்துச் சென்று விட்டனர். இந்தச் சுவடிகளை பத்திரப்படுத்தும் பணியையாவது நாம் செய்வோம் என்று தொடர்ந்தேன். மூன்று மாதங்களுக்கு மேல் அங்கும் சமாளிக்க முடியவில்லை. பொருளாதாரச் சூழ்நிலைதான். ஊருக்கே திரும்பி விட்டேன்.

பிறகு *2010*-இல் கிருஷ்ணகிரியில் சொந்த நிறுவனத்தைத் தொடங்கினேன். யாரும் செய்ய முடியாது என்று சொல்லும் வேலைகளை சவாலாக எடுத்துச் செய்வோம் என்பதே இதன் நோக்கம். தமிழ்நாடு தேர்தல் கமிஷன் வேலைகள். அதில் சர்வே கண்காணிப்பு பணிகள் மேற்கொண்டோம். அதே போல் ஆந்திர மாநிலத்தின் வேலைகள். இது முடிந்து நானும் என் நண்பனும் ஹாங்காங் சென்றோம்.

அங்கிருந்த தொழில்நுட்ப வளர்ச்சிகளை அறிந்து கொண்டோம். இங்கே வந்து *c-pad* எனப்படும் கைக்கணினி, *PC* போன்றவற்றை அறிமுகம் செய்தோம். அப்போது தீராத மின்வெட்டுப் பிரச்சனை. இந்தக் கணினி வகைகளை வாங்கியவர்கள் சில பிரச்சனைகளைச் சந்திக்க நேர்ந்தது. சில இடங்களில் பேட்டரி வெடிக்கவும் செய்தது.

நாங்கள் உடனே அவற்றைத் திரும்பப் பெற்றுக் கொண்டு மாற்றுப்பொருள் கொடுத்து விட்டோம். இந்த மின்செயற்பாட்டைச் சீர்செய்ய மின்பொறியாளர்களிடம் உதவி கேட்டோம்.

அவர்கள் அதற்கு ஒரு 'அடாப்டர்' *(Adoptor)* செய்து கொடுத்தனர்.

அதேபோல் இந்தப் பக்கம் மின்வெட்டுக் காரணத்தினால் அலுவலகத்திலும் ஒழுங்காக வேலை செய்ய முடியவில்லை. ஒரு பக்கம் பொருட்களைத் திருப்பிக் கொடுப்பதற்கான செலவு. அலுவலக வேலைகள் தடைபடுவதால் ஏற்படும் நஷ்டம். இப்படி அனைத்துப் பக்கங்களிலும் நெருக்கடி. அதனால் மூன்று மாதத்தில் இந்தத் தயாரிப்பை நிறுத்தி விட்டோம்.

இந்தக் கைக்கணினி வகை நிறையத் துறைகளில் தேவையாக இருக்கிறது. பள்ளிகளில் மாணவர்களுக்குத் தேவைப்படும். நீங்கள் ஒரு வணிக உதவி நிறுவனத்தோடு இணைந்து கொள்ளுங்கள். அதன் மூலம் இதைப் பள்ளிகளில் சிறுதொகைக் கட்டிச் செலுத்தும் வகையில் கொடுங்கள். நன்றாகப் போகும்என்ற யோசனையை ஒருவர் தெரிவித்தார். அதையும் முயற்சித்தோம். பள்ளிகளில் இதை வாங்குவதற்கு ஆர்வம் கட்டினார்கள். ஆயிரம் கைக்கணினிகளை உடனே கொடுங்கள் என்றார்கள். எங்களுக்கும் உற்சாகம். அடடா நாம் முன்னேறி விட்டோம் என்று மகிழ்ச்சியுடன் செயல்பட்டோம். ஆனால் பணத்திற்குப் பள்ளி நிர்வாகம் பொறுப்பல்ல. எங்களுக்குக் கமிஷன் கொடுத்து விடுங்கள். பில் பணத்தை நேரடியாக மேலிடத்தில் வாங்கிக் கொள்ளுங்கள் என்று சொன்னார்கள். வணிக உதவி நிறுவனம் இதற்கு முன்வரவில்லை. திட்டம் கைவிடப்பட்டது.

இதேபோல் மருத்துவத் துறையில் இவை எவ்வகையில் பயன்படும் என்று யோசித்தோம்.

அறுவை சிகிச்சை நடைபெறும்போது அவற்றைப் படம்பிடிக்கும் வகையில் எடுத்துக் காண்பித்தோம். ஆனால் எதிர்பார்த்த அளவில் அதன் தரம் இருக்கவில்லை. இதுவும் ஏமாற்றத்தில் முடிந்தது. அந்தச் சமயம் இயற்கை விஞ்ஞானி நம்மாழ்வாரைச் சந்தித்தேன்.

'தம்பி எனக்கு வயசாயிருச்சு, இப்போதான் எதோ பொட்டியில் எல்லாமே வருமாமே. எனக்கு அது மாதிரி செய்து கொடுத்தால், நானும் இங்கிருந்தே அனைவரிடமும் பேசுவேன். உங்களைப் போன்ற ஆட்களெல்லாம் விவசாயத்திற்கு வரவேண்டும்' என்றார். என்னுடையது விவசாயம் சார்ந்த குடும்பம். கூடவே அதில் நொடித்துப் போனதும் கூட. அதனால் அந்தப் பக்கமே தலை வைத்துப் படுக்காமல் இருந்தேன். இருந்தாலும் இதற்கு செயலிகள், வலைத்தளக் கட்டமைப்புகளில் மட்டும் கவனம் செலுத்த முடிவெடுத்தேன். என்னுடைய ஊரில் படித்த பெண்கள் சிலரை வேலைக்குச் சேர்த்தேன். அவர்கள் முதுகலைப் பட்டம் பெற்றிருந்தாலும் துறை சார்ந்த அடிப்படை அறிவு போதிய அளவு அவர்களிடம் இல்லை.

அதையே ஒரு சவாலாக எடுத்துக் கொண்டேன். ஒரு நான்கு பேரை மட்டும் தேர்ந்தெடுத்துப் பயிற்சி கொடுத்தேன். அவர்களே சுயமாக செயலிகளை உருவாக்கும் அளவுக்குத் தேர்ச்சி பெற வைத்தேன். அலுவலகத்திற்குள் வரும்போது தினமும் சில யோசனைகளைஎழுதிவரவேண்டும்என்றநிபந்தனை விதித்தேன். அவர்களும் யோசனைகளை எழுதிக் கொண்டே வந்தார்கள். அதை எக்ஸ்பிரிமெண்ட்டாக முயற்சி செய்து பார்த்தோம். விவசாயம் சார்ந்துதான் முதல் செயலி செய்தோம்.

இப்படியே என்னுடைய நான்கு பேர் கொண்ட குழுவினர் 2014 இல் ஆரம்பித்து 2017 வரை முன்னூறு செயலிகள் வரை கட்டமைத்தார்கள். ஒவ்வொருவர் செய்யும் செயலிகளை அவரவர்களே கையாள வேண்டும் என்பது விதிமுறை. விவசாயம், சித்த மருத்துவம், கோலம் போடுதல் என நாங்கள் இம்ப்ளிமெண்ட் செய்த பதினைந்து செயலிகள் மட்டும் ஒரு லட்சம் பதிவிறக்கங்களைத் தாண்டியது. அதுதான் எங்கள் வெற்றியின் ஆரம்பப்புள்ளி.

தமிழக அரசு விருது அளிப்பதற்கு முன்பு வரை என்னை எங்கள் ஊரில் யாருக்குமே தெரியாது. தெரிந்த ஒன்றிரண்டு பேருக்கும் நான் என்ன செய்கிறேன் என்றும் புரியாது. இப்போது விவசாயம் சார்ந்து மட்டுமல்ல, பல துறை சார்ந்தவர்களும் தகவல் தொழில்நுட்பம் என்றால் என்னிடம் வந்து ஆலோசனை கேட்கிறார்கள்.

என்னுடைய எண்ண ஓட்டம் எப்போதும் லாபம் சம்பாதிப்பதில் இருந்ததில்லை. காரணம், எனக்குக் கஷ்ட காலங்களில் உதவிய நண்பர்கள் என்றுமே பணத்தைத் திரும்பக் கேட்டதில்லை. மாறாக, நீ சிரமத்தில் இருப்பவர்களுக்கு உதவி செய்தால் போதும் என்றுதான் சொல்லுவார்கள். அதைத்தான் பின்பற்றி வருகிறேன். என் ஊர் மக்களுக்கு, கிராமத்து இளைஞர்களுக்கு என்னாலானதை எப்போதும் செய்துகொண்டே இருக்க முடிந்தால் போதும்' என்றார் செல்வ முரளி.

கண்ணில் பட்டுக்கொண்டே இருங்கள்

— ராமகிருஷ்ணன், துளசி பார்மசி

கல்லூரி நண்பர்கள் சிலர், ஒரு மருந்து கம்பெனிக்கு இண்டர்வியூ சென்றார்கள். சும்மாதானே இருக்கே. நீயும் கூட வாவென அந்த இளைஞனை உடன் அழைத்தார்கள். அவனும் சென்றான். வர்றது வர்றே. நீயும் இண்டர்வியூ அட்டெண்ட் பண்ணலாமே என்றார்கள். அவர்கள் சொன்னதற்காக இண்டர்வியூவும் அட்டெண்ட் செய்தான். இறுதியில் நண்பர்களுக்கு வேலை கிடைக்கவில்லை. இந்தப் பையனுக்குக் கிடைத்துவிட்டது.

அந்த இளைஞன் ராமகிருஷ்ணன். இன்றைக்குத் தென்னிந்தியாவில் முப்பத்திரண்டு நகரங்களில் அமைந்துள்ள எழுபத்தைந்து மருந்துக் கடைகளின் சொந்தக்காரர். பல்லாயிரம் தொழிலாளர்கள், பத்து லட்சம் வாடிக்கையாளர்கள். எட்டாயிரம் மருந்து வகைகள் என அன்றாடம் வலம் வருபவர். துளசி பார்மசி இந்தியா பிரைவேட் லிமிடெட் கம்பெனியின் நிர்வாக இயக்குநர்.

எப்படி வென்றார் இந்தத் துறையில்?

'நான் படித்தது வணிகவியல். கிடைத்த வேலையோ மருந்து கம்பெனியில். காரணம், என்னுடைய ஆங்கில அறிவு. சமயோசித பதில்கள். நேர்முகம் செய்தவர்களை அதுதான் கவர்ந்திருந்தது. அதுதான் என் கதையை அல்ல, வாழ்க்கையையே மாற்றியது. இன்றைக்கு இவ்வளவு பெரிய மருந்து கம்பெனிக்கு அதுவே மூலதனம்!' என்று ஆரம்பித்தார்.

'ஒரு காலத்தில் மருந்துக் கடைகள் என்றால் ஒரு சின்னப் பெட்டிக் கடை. மொத்தமே நூறு அல்லது இருநூறு சதுர அடியில் இருக்கும். அவ்வளவுதான். மக்கள் கடைக்கு வெளியே நின்றுதான் மருந்துகளை வாங்குவார்கள். அதை மாற்றி, ஆயிரம் இரண்டாயிரம் சதுர அடியில், குளிரூட்டப்பட்ட அறையில் மக்களே உள்ளே வந்து வேண்டிய மருந்துகளை வாங்கிச் செல்லும் அமைப்பை நாங்கள் ஏற்படுத்தினோம். மருந்துகளின் வீரியத்தன்மை குறையாமல் இருக்க இருபத்தைந்து டிகிரியில் பாதுகாப்பாக வைக்க வேண்டும் என்பது அரசின் இன்றைய வழிகாட்டுதல். அதைப் பல வருடங்களுக்கு முன்பே நாங்கள் செய்து விட்டோம். அனைத்துக் கடைகளும் ஏசி. உட்கார்ந்து இளைப்பாறவும் ஆசனங்கள் போடப்பட்டுள்ளன. துளசி பார்மசிக்கு வந்தால் பொறுமையாக உட்கார்ந்து பேப்பர் படிக்கலாம். பிறகு கூட மருந்துகள் வாங்கிச் செல்லலாம். வாங்கும் மருந்துகளைப் பற்றித் தகவல்கள் கொடுப்பதற்கு எப்போதும் ஒரு மருந்தாளர் எல்லாக் கடைகளிலும் இருப்பார். இது தவிரக் குறைந்த செலவில் இரத்த சர்க்கரை அளவைப் பரிசோதிக்கலாம். இலவசமாக இரத்த அழுத்த அளவைப் பார்க்கலாம். இப்படி இன்னும் சில உடற் சோதனைகளை எங்கள் மருந்தகங்களிலேயே செய்து

கொள்ளலாம். இதெல்லாம்தான் வெற்றியின் மூல காரணம்.

முதல் முதலில் நான் சென்ற இண்டர்வியுவில் எனக்கு வேலை கிடைத்து, நண்பர்களுக்குக் கிடைக்கவில்லை என்று சொன்னேன் அல்லவா? அதற்குக் காரணம் பல. எனக்குப் படிக்கும் நாட்களில் இருந்தே பத்திரிகை வாசிப்பு உண்டு. உலக நடப்புகளைப் பற்றிய அறிவு அவசியம் என்று நினைப்பேன். மற்றவர்களிடம் தொடர்புகொள்ளும் 'கம்யூனிகேஷன் ஸ்கில்' ஓரளவு இருந்தது. அதனால் நேர்முகம் கண்டவர்கள் கேட்ட கேள்விகளுக்கு என்னால் சிறப்பாகப் பதில் சொல்ல முடிந்தது. அப்படி பணிக்கு சேர்ந்த கம்பெனியில் மட்டுமல்ல. ஒரு பன்னாட்டு நிறுவனம் உட்பட மூன்று மருந்து நிறுவனத்தில் வேலை பார்த்தேன். அத்துடன் ஒரு ஆடிட்டரிடம் ஒரு வருடம் வேலை பார்த்தேன். அதன் மூலம் கணக்கு வழக்குகள் சார்ந்த அனுபவமும் கிடைத்தது. பிறகுதான் சொந்தமாகத் தொழிலைத் தொடங்கினேன். *1987* இல் மருந்துகளை மொத்தமாக விநியோகம் செய்யும் ஒரு தொழிலையே கவனித்து வந்தேன். சில வருடங்கள் கழித்தே மருந்துகளை ரீடைல் முறையில் விற்பனை செய்யத் தொடங்கினோம். அன்றிலிருந்து இன்று வரை முப்பத்து நான்கு வருடப் பயணம். ராதாகிருஷ்ணன் என்பவர் மட்டுமே என்னுடைய தொழில் பங்குதாரராக இருக்கிறார்.

பெரிய மருந்து நிறுவனங்கள் மட்டுமல்ல. சிறு குறு நிறுவங்களின் மருந்துகளை எடுத்தும் விநியோகம் செய்தோம். விநியோகம் ஒழுங்கற்று (ஆனால் தேவையாகவும்) இருந்த நிறுவனங்களின் மருந்துகளை முறையாகக் கடைகளுக்குக் கொண்டு போய்ச் சேர்த்தோம். இதன் மூலம் எங்களுக்கு நல்ல பெயர் கிடைத்தது.

1980ஆம் ஆண்டிலேயே மொத்த வியாபாரத்தைக் கணினி மயமாக்கி விட்டோம். அது அப்போது யாரும் செய்யாத ஏற்பாடு. தொழில் முறையில் ஒரு ஒழுக்கத்தை ஆரம்பம் முதலே கையாண்டோம். அதனால்தான் 1990 ஆம் ஆண்டுக்குப் பிறகு எங்கள் வியாபார - விநியோகம் சார்ந்து நல்ல பெயரும் நம்பிக்கையும் கிடைத்தது. தாராள மயமாக்கல் அமல்படுத்தப்பட்ட பின் நிலைமை சிக்கலானது. அப்போது சிறு நிறுவனங்களை எல்லாம் பெரிய நிறுவனங்கள் வாங்கிக் கொள்ள ஆரம்பித்திருந்தன. மறுபடியும் பெரிய நிறுவனங்களோடு போட்டி போடும் நிலை. B2B வகைத் தொழிலில் இது மாதிரி நிறைய சவால்கள். எனவே அதிலிருந்து சற்றே விலகி B2C ரீடெய்ல் வியாபாரத்தில் அதிகக் கவனம் செலுத்தினோம்.

வாடிக்கையாளர் வாங்கும் மருந்துக்குத் தள்ளுபடி கொடுத்தோம். அதைப் பார்த்து 2008 இல் பல நிறுவனங்களும் அளவீடு இல்லாமல் தள்ளுபடிகளை அறிவிக்கத் தொடங்கி விட்டார்கள். ஒரு கட்டத்தில், மருந்துகளை எங்களின் சொந்தப் பெயரில் விற்பனை செய்ய ஆரம்பித்தோம்.

'காண்ட்ராக்ட் உற்பத்தி' முறையில் மருந்துகளை உற்பத்தி செய்தோம். அதை விற்பனைக்குக் கொண்டு வந்தோம். அதனால் பல வகையில் ஆன கூடுதல் செலவுகள் குறைந்தது. அதனால் நியாயமான விலையில் மருந்துகளைக் கொடுக்க முடிந்தது. அந்த வகையில் எங்களிடம் இன்று ஆயிரத்து ஐந்நூறுக்கும் மேற்பட்ட சப்ளையர்கள் இருக்கிறார்கள்.

இப்போது *nutracetical, wellness* சார்ந்த பொருட்களையும் சந்தைக்குக் கொண்டு வந்துள்ளோம். மருந்துகளை

நேரடியாவே தயரிப்பு நிறுவனங்களுக்குச் சென்று சோதனை செய்கிறோம். அதன் மூலம் அதன் தரத்தை உறுதி செய்து கொள்ள முடிகிறது. அதில் சமரசம் என்ற பேச்சுக்கே இடமில்லை.

இணையத் தளம் மூலம் மருந்துகளை ஆர்டர் செய்யும் முறையை செயல்படுத்தியுள்ளோம். அதில் நாளொன்றுக்குக் குறைந்தது 2500 டெலிவரி ஆடர்களாவது வருகிறது. நாங்கள் பொதுவாகவே அதிக அளவில் மருந்துகளைக் கையிருப்பு வைத்திருப்போம். அதன் மூலம் எந்த மருந்தாக இருந்தாலும் அவற்றை இருபத்து நான்கு மணி நேரத்திற்குள் எங்கு வேண்டுமோ அங்கு கொண்டு சேர்க்க முடிகிறது.

ஆன்லைன் மூலம் மருந்துகள் வாங்குவதில் சில அபாயங்கள் உள்ளன. அதிக டோஸ் அளவு கொண்ட தூக்க மாத்திரைகள் போன்றவைகளை எளிதாக வாங்கிவிடலாம். ஆனால் கடைகளில் நாங்கள் முறையாக விசாரிக்காமல் இவற்றைத் தரமாட்டோம்.

ஒரு முறை நான் மதுரை கடையில் இருந்தேன். அங்கு வந்தவர் ஒருவர். மருந்துச் சீட்டைக் காட்டினார். அதில் உள்ள இரண்டு மாத்திரைகள் ஒவ்வொன்றிலும் முப்பது வேண்டும் என்றார். மருந்துச் சீட்டை வாங்கிப் பார்த்தேன். எதற்காக இந்த மாத்திரையை வாங்குகிறீர்கள் என்று கேட்டேன். எனக்குச் சர்க்கரை. அதற்காக இதனை இரண்டு வருடங்களாக எடுத்துக் கொண்டிருக்கிறேன் என்றார். நான் கொஞ்சம் அதிர்ந்து போனேன்.

சார், இதில் இருக்கும் ஒரு மருந்துதான் சர்க்கரையைக் கட்டுப் படுத்தும். இன்னொன்று நுண்ணுயிர்கொல்லி

வகை. இதை இத்தனை நாட்கள் தொடர்ந்து எடுக்கக் கூடாது என்று விளக்கினேன். அவர் படித்த மனிதர் போலத் தெரிந்தார். ஆனாலும் எந்த மருந்தை எதற்குச் சாப்பிடுகிறோம் என்று கூட அவருக்குத் தெரியவில்லை. என்றோ மருத்துவர் காய்ச்சலுக்கு எழுதிக் கொடுத்த சீட்டைப் பயன்படுத்தி இன்றும் மருந்து வாங்கிக்கொண்டிருக்கிறார். இவரே இப்படி இருந்தால், படிக்காத எளியவர்களின் நிலை எப்படி இருக்கும்?

அதனால் எங்கள் கடைகளில் மருந்துகளைக் கொடுப்பதில் அதிகக் கவனம் செலுத்துவோம். வாடிக்கையாளருக்கு அவர்கள் வாங்கும் மருந்துகளைப் பற்றிய தகவல்களை முறையாகச் சொல்லிக் கொடுப்பதையும் வைத்துள்ளோம். போதை தரும் சில மருந்துகளை சிலர் தேடி வருவார்கள். போலி மருத்துவர் சீட்டுகளைக் கொண்டு வந்திருப்பார்கள். அவர்களை ஆளைப் பார்த்தாலே தெரிந்து விடும். அவர்களை திருப்பி அனுப்பி விடுவோம்.

பெருந்தொற்றுக் காலம் பெரும் சோதனை மிக்கது. மற்ற தொழில்களில் இல்லாத அளவிற்கு எங்களுக்கு 50 சதவிகிதம் அதிகம் விற்பனை இருந்தது. ஆனால் அவற்றைக் கையாளப் பாதி அளவு தான் ஆட்கள் இருந்தார்கள். மருந்துகளை அந்தந்த நகரங்களுக்கு எடுத்துச் செல்ல முடியவில்லை. முறையான போக்குவரத்துக்கு வசதிகள், கூரியர் வசதிகள் எதுவும் அப்போது இல்லை.

சொந்த வாகனங்களைத்தான் பயன்படுத்தினோம். சவாலான சூழ்நிலையாகவும், செலவு அதிகம் பிடிக்கும் வழிமுறைகளால் மட்டுமே அது சாத்தியமானது.

இப்போதெல்லாம் பிரபலமான கடைகளில் இருந்துதான் மக்கள் பொருட்களை வாங்க விரும்புகிறார்கள். நாம் தொடங்கும் தொழிலின் 'ப்ராண்ட் விசிபிலிட்டி' முக்கியம். அவர்கள் கிளைகள் அதிகம் இருக்கும் கடைகளைத் தேடுகிறார்கள். அப்படி அடிக்கடி கண்ணில் படும் கடைகளையே நம்பி அணுகுகிறார்கள். துளசி பார்மசியின் வெற்றி என்பது இப்படியான சந்தைப்படுத்துதலில்தான் இருக்கிறது.

மக்களுக்காகச் சில சமூக நிகழ்ச்சிகளைத் தொடர்ந்து நடத்துகிறோம். எங்களின் கிளைகளில் தினமும் குறைந்தது பத்து கடைகளிலாவது உடல் பரிசோதனை முகாம், இரத்த தானம், கண் தான முகாம்கள் நடைபெறுகிறது. மக்களின் நலனில் நாம் அக்கறை செலுத்தும் வரையில் அவர்களும் நம்மைப் பார்த்துக்கொள்வார்கள்.

பொதுவாக மருந்தகங்களுக்கு மிக அதிக அளவில் முதலீடு தேவையில்லை. ரூபாய் முப்பது நாற்பது லட்சம் ஏற்பாடு செய்தால் போதும். தொழில் தொடங்கி விடலாம். அதைவிட முக்கியம், நமக்கு அதை நிர்வகிக்கும் அறிவும் அனுபவமும் நிச்சயம் இருக்க வேண்டும். இல்லையென்றால் பெரிய நிறுவனங்கள் எனப்படும் சுறாமீன்கள் நம்மை விழுங்கி விடும். தொழில் வளர்ச்சி சார்ந்து குவிந்த சிந்தனை, அதைப் புரிந்துகொண்ட ஊழியர்கள், சலிக்காத உழைப்பு. இது இருந்தால் போதும்; ஜெயித்துவிடலாம்' என்றார் ராமகிருஷ்ணன்.

இறங்கி அடித்தால் வெற்றி நிச்சயம்

– மணிகண்ட மூர்த்தி

கோவை, பஞ்சாலைகளுக்குப் புகழ் பெற்ற நகரம். இப்படிச் சொல்லி விடுவது எளிது. ஆனால் தரமான பஞ்சை இனம் காண்பது எளிதல்ல.

பஞ்சின் நீளம் எவ்வளவு? அது நன்றாக விளைந்துள்ளதா? பலம், தடிமன் சரியான அளவில் உள்ளதா? அந்தப் பஞ்சின் வியர்வை உறிஞ்சும் தன்மை எந்த அளவில் இருக்கிறது? ஆடை நெய்யும் தரம் உள்ளதா? இந்தப் பண்புகளை ஆராயத்தான் உலக அளவில் பஞ்சு மற்றும் நூற்பு ஆராய்ச்சி நிலையங்களும், டெக்ஸ்டைல் விஞ்ஞானிகளும் செயல்பட்டு வருகிறார்கள்.

பஞ்சின் தரத்தை ஒன்றே கால் நிமிடத்தில் துல்லியமாக் கண்டுபிடித்து விடும் *high volume instrument (HVI)* என்ற இயந்திரத்தை வைத்துள்ளனர் கோவை மலுமிச்சம்பட்டியில் இயங்கும் *MAG Solvics* நிறுவனத்தினர்.

“பஞ்சின் தரத்தைத் துல்லியமாகக் கணக்கிட்டு நிமிட நேரத்தில் தரும் இந்த இயந்திரத்தை உலக அளவில் மூன்றாவதாகத் தயாரித்தது நாங்கள்தான். ஒரு சிறு நிறுவனமாக ஆரம்பித்து, இன்று சர்வதேச ஜவுளித் துறையில், மிகப்பெரிய நவீன இயந்திரங்களை உற்பத்தி செய்யும் தொழிற்சாலையாக உருவெடுத்திருகிறோம். பதினைந்தாயிரம் ரூபாயிலிருந்து முப்பத்தைந்து லட்சம் ரூபாய் வரையிலான இயந்திரங்களைத் தயாரித்துக்கொண்டிருக்கிறோம். இன்றைக்கு எங்களிடம் இருக்கும் சில இயந்திரங்கள், உலகத்தில் நான்கு பேரிடம் மட்டும் தான் உள்ளது. எங்கள் ஆராய்ச்சியில் உருவான இயந்திரங்கள் இன்றைய தேதியில் நாற்பது நாடுகளுக்கு மேல் ஏற்றுமதியாகிக் கொண்டிருக்கிறது. தேசிய அளவில் ஐந்து விருதுகளை பெற்றிருக்கிறோம்” என்றார், மணிகண்ட மூர்த்தி. இந்த நிறுவனத்தின் இயக்குநர் இவர்.

“நான் ஆரம்பக் கல்வியை அரசுப் பள்ளியில்தான் படித்தேன். அப்போது டிப்ளமோ படிப்புகள் மிகப் பிரபலம். எனவே பள்ளி படிப்பு முடிந்ததும் எலக்ட்ரானிக்ஸ் அண்ட் கம்யூனிகேஷன் பிரிவில் டிப்ளமோ படிப்புக்குச் சேர்ந்தேன். படிக்கும் காலத்திலேயே சொந்தத் தொழில் தொடங்க வேண்டும் என்ற எண்ணம் மனத்தில் வேரூன்றி இருந்தது. இருந்தாலும் நண்பரின் ரேடியோ ரிப்பேர் கடை ஒன்றில் ஆறு மாதங்கள் வேலை பார்த்தேன். கோவை சிட்கோ தொழிற்பேட்டையில் தனியார் நிறுவனத்தில் இரண்டு வருடங்கள் பணியில் இருந்தேன். நாளாக ஆக இப்படியே தேங்கி விடக்கூடாது என்ற எண்ணம் எழுந்து கொண்டே இருந்தது.

அதன்பிறகு சொந்தத் தொழிலைத் தொடங்கும் வாய்ப்பு அமைந்தது. *MAGS* என்ஜினீயர்ஸ் நண்பர்களோடு சேர்ந்து *1991* ஆண்டில் ஆரம்பித்தேன். ஜாப் ஆர்டர் நிறுவனமாகவே இது தொடங்கப்பட்டது. சக்தி சுகர்ஸ், பண்ணாரி அம்மன் சுகர்ஸ் போன்ற சர்க்கரை ஆலைகளுக்கான வேலைகள் செய்துகொடுத்தோம்.

வேலை நன்றாகத்தான் சென்று கொண்டிருந்தது. அதே சமயம் நாம் படித்த துறை சார்ந்து எதாவது செய்ய வேண்டும் என்ற எண்ணமும் இருந்தது. அப்போதுதான் தென்னிந்திய ஜவுளி ஆராய்ச்சிக் கழகத்தின் *(SITRA)* தொடர்பு கிடைத்தது. அவர்களுக்கென சில இயந்திர வசதிகளைச் செய்துகொடுத்தோம்.

அந்தப் புள்ளியில் என் பாதை ஜவுளித்துறை பக்கம் திரும்பியது. பஞ்சு - நூல் தயாரிக்கும் இயந்திரங்களுக்குத் தேவையான உதிரி பாகங்களைத் தயாரிக்கத் தொடங்கினோம். *1994* இல் தான் முதன் முதலில் இதற்கான இயந்திரங்களை சப்ளை செய்யத் தொடங்கினோம். ஜாப் ஆர்டர்கள் எடுப்பதை விட்டுவிட்டோம். இயந்திரங்கள் தயாரிப்பில் முழுக் கவனம் செலுத்தினோம். கோவை சிட்கோவின் தொழில் பேட்டையில் இடம் வாங்கினோம். அங்கே எங்களின் வேலைகளைத் தொடங்கினோம். அதன் பின் நல்ல வளர்ச்சி.

2000 ஆம் ஆண்டில் மும்பையில் ஒரு கண்காட்சியில் பங்கேற்றோம். அது எங்கள் ஆராய்ச்சிக்கு உதவியது. எனவே அடுத்தடுத்த ஆண்டுகளில் வெளிநாட்டுக் கண்காட்சிகளுக்குச் செல்ல ஆரம்பித்தோம். அப்படிப் பங்கேற்றதால் சந்தையில் ஜவுளித்துறை

நிறுவனங்கள் எந்த அளவில் வளர்ச்சியடைந்துள்ளன என்பதை அறிந்து கொள்ள முடிந்தது.

இந்தத் துறையில் உள்ள தொழில்நுட்பங்கள், இயந்திர வடிவமைப்புகள், இவற்றைச் சார்ந்து நிறைய ஆராய்ச்சிகள் செய்வது என பதிமூன்று பேர் கொண்ட ஓர் ஆராய்ச்சிக் குழுவை அமைத்தோம். அதில் பலதரப்பட்ட துறை நிபுணர்கள் இருந்தார்கள். சாப்ட்வேர், மெக்கானிக்கல், எலக்ட்ரானிக்ஸ் என பல துறைகளை கலந்துகட்டின ஆராய்ச்சிகள் அதில் நடந்தன. உலகத் தரமான இயந்திரங்களை உள்நாட்டிலேயே செய்ய வேண்டும் என்பதுதான் எங்களின் நோக்கம். இரண்டு வருடத்தில் நல்ல பலன் தந்தது. 2007 இல் *high volume instrument (HVI)* என்று ஓர் இயந்திரத்தை வடிவமைத்தோம்.

பஞ்சை மட்டும் கொடுத்து விட்டால் போதும். இரண்டே நிமிடங்கள். குறிப்பிட்ட பஞ்சின் பத்து வகையான அடிப்படைத் தரத்தை ஆராய்ந்து இது சொல்லி விடும். இந்த இயந்திரத்தை உலக அளவில் தயாரித்த மூன்றாவது கம்பெனி எங்களுடையது. தொழில் வளர்ந்தது. ஆராய்ச்சிக்கும், உற்பத்திக்கும் பெரிய இடம் தேவைப்பட்டது. 2008 ஆம் ஆண்டில் ஐந்து ஏக்கர் நிலம் வாங்கினோம். ஐம்பதாயிரம் சதுர அடியில் கட்டடம் கட்டினோம். கண்டுபிடிப்புகள், வடிவமைப்புகள் அதிகரித்தன. பல புதிய இயந்திரங்களை அறிமுகம் செய்ய ஆரம்பித்தோம்.

சிஎன்சி *(CNC)*, லேசர் கட்டிங் இயந்திரங்கள் என்று எந்த உற்பத்தியிலும் நாம் யாரையும் சார்ந்திருக்காமல் தன்னிறைவைப் பெற வேண்டும். இதற்கான ஏற்பாடுகளைத் தொடர்ந்து செய்தோம். வெளிநாட்டுக் கண்காட்சிகளில் தவறாமல் பங்கேற்கிறோம்.

இந்த வளர்ச்சிக்கெல்லாம் காரணம் எங்களிடம் உள்ள ஆராய்ச்சி குழுதான். இந்த ஆராய்ச்சிக் குழுவிற்கு மத்திய அரசின் அங்கீகாரத்தை 2010 ஆண்டு பெற்றோம். கல்லூரிகளில் டெக்ஸ்டைல் துறை இருந்தால், அவர்களுக்குக் குறைந்த விலையில் இயந்திரங்களைக் கொடுக்கிறோம். சில புதிய கண்டுபிடிப்புகளை மாணவர்கள் பயன்பெற இலவசமாகக் கூடக் கொடுத்து வருகிறோம்.

ஆரம்பத்தில் இங்குள்ள சிறு பஞ்சாலைகளுக்கெல்லாம் இயந்திரங்கள் கொடுத்தோம். பின்னர் பெரிய நிறுவனங்களுக்கு சப்ளை செய்தோம். பாம்பே டையிங், ரிலையன்ஸ், வர்தமான், ரேமண்ட்ஸ் போன்ற பல குழுமங்களுக்குத் தொடர்ந்து சப்ளை செய்து வருகிறோம்.

ஏற்றுமதியில் ஒவ்வொரு காலக்கட்டத்தில் ஒவ்வொரு நாட்டில் நல்ல மார்க்கெட் இருக்கும் . பங்களாதேஷ், பாகிஸ்தான், உஸ்பகிஸ்தான், இந்தோனேஷியா, துருக்கி, இத்தாலி போன்ற நாடுகளில் இதற்குச் சந்தை வாய்ப்புகள் பெரிய அளவில் இருக்கின்றது.

கிட்டத்தட்ட நாற்பது நாடுகளுக்கு மேல் எங்கள் தயாரிப்பு ஏற்றுமதி ஆகிக்கொண்டிருக்கிறது. இத்தாலியில் ஒரு நிறுவனத்திற்கு *private labeling* முறையில் நாங்கள் இயந்திரங்கள் செய்து தருகிறோம். அந்த அளவிற்கு எங்களின் தரத்தில் வெளிநாட்டு நிறுவனங்களும் நம்பிக்கை வைத்திருக்கிறார்கள்.

பருத்தி இயற்கையாக விளையும் தன்மை கொண்டது. அதற்கு மாற்றாக எத்தனையோ நவீன கண்டுபிடிப்புகள் வந்தது. என்றாலும் பருத்திக்கு இணையான மூலப்பொருள் கிடையாது.

டெக்ஸ்டைல் சந்தையில் இன்றும் எண்பது சதவீதம் பருத்திதான் ஆள்கிறது.

நாங்கள் ஜவுளித் துறையில் 'டெஸ்டிங்' மற்றும் கருவியாக்கம் *(Testing & Instrumentation)* சார்ந்து இயங்கி வருகிறோம். இந்தத்துறையில் முக்கிய மூலப்பொருள் பஞ்சு. அது துணியாக நெய்யப்படும் வரை ஒவ்வொரு கட்டங்கத்திலும் தரச் சோதனைகள் இருக்கும். அதற்கு நூற்றைம்பது வகையான இயந்திரங்களைத் தயார் செய்கின்றோம். அதை வைத்து இருநூற்று ஐம்பது தன்மைகளைச் சோதித்தறியலாம்.

எங்களிடம் வாங்கப்படும் இயந்திரங்களை அவரவர் இடங்களில் கொண்டு போய் நிறுவத் தனி பொறியாளர் குழு இருக்கிறது. அதன் செயல்பாட்டு வழிமுறைகளைச் சொல்லிக் கொடுக்கவும் குழு உண்டு. பஞ்சாப், அஹமதாபாத், நாக்பூர் போன்ற நகரங்களில் தனியாக அலுவலகம் அமைத்து அவர்கள் இயங்குகிறார்கள். பெருந்தொற்றுக் காலத்தில் நேரில் சென்று இந்த வேலைகளைச் செய்து கொடுப்பதில் சிக்கல் ஏற்பட்டது.

எனவே அனைத்து பொறியாளர்களையும் பாக்டரிக்கு திருப்பி அழைத்துக் கொண்டுவிட்டோம். மாறாக அவர்கள் மூலமாக நேரில் செல்லாமலேயே இயந்திரங்களை இன்ஸ்டால் செய்யும் டெமோ காணொளிகளைத் தயார் செய்தோம். அவற்றை அனைவருக்கும் அனுப்பினோம். இந்த ஏற்பாடு பயணச் செலவுகளில் பெரும்பகுதியை மீதம் செய்திருக்கிறது.

ஒரு முறை நான் பங்களாதேஷ் சென்றிருந்தேன். பேருந்தில் பயணம் செய்துகொண்டிருந்தேன்.

அப்போது, கத்தி முனையில் சிலர் மிரட்டினர். என்வசம் இருந்த பணம் பொருள் அனைத்தையும் பறித்துச் சென்றுவிட்டார்கள். அங்கு எனக்கு யாரையும் தெரிந்திருக்கவில்லை. அந்த வங்காள மொழியும் தெரியாது. ஆனால் அந்த இடத்திலும் எனக்கு உதவ ஒருவர் இருந்தார். என்னைக் கனிவோடு நடத்தினார். அவருக்கு நான் பேசியது புரியவில்லை. ஆனால் என் முகம் பார்த்தே என் நிலைமையைப் படித்து விட்டார்.

எனக்குத் தங்க இடம் கொடுத்து, உணவளித்தார். மறுநாள் காவல் நிலையத்தில் புகார் சொன்னார். அதன் மூலம் எப்படியோ என்னுடைய கடவுச் சீட்டு, மற்ற கோப்புகளையும் வாங்கிக் கொடுத்து விட்டனர். ஆனால் பணம் வரவில்லை. அங்கிருந்தவர்கள் செய்த உதவியால் ஊர் வந்து சேர்ந்தேன்.

புதிதாக ஒரு நாட்டிற்குச் செல்லுகையில் இப்படியான ஆபத்துகள் இருக்கும். அதேபோல உதவிசெய்யச் சில நல்ல மனங்களும் இருக்கின்றன. இந்த சம்பவம் அதை உணர்த்தியது.

2013 ஆம் ஆண்டை மறக்க முடியாது. அது ஒட்டுமொத்த ஜவுளித் துறைக்கும் சோதனைக் காலக்கட்டம். ஏற்ற இறக்கம் எப்போதும் இருக்கும்தான். ஆனால் அப்போதைய சூழ்நிலை சமாளிக்க முடியாத நிலை. தொழிலாளர்களிடம் நிலைமையை விளக்கினோம். இப்போதைக்குப் பாதியளவு சம்பளத்தைத் தான் கொடுக்க முடியும். சில மாதங்களில் நிலைமை சரி ஆகிவிடும். அப்போது மொத்தத்தையும் சேர்த்துக் கொடுக்கிறோம் என்று சொன்னோம். எண்பது சதவிகிதம் பேர் இதைப் புரிந்து கொண்டு ஒப்புக்கொண்டார்கள். என்னால் நம்பவே முடியவில்லை.

எட்டு மாதத்தில் நாங்கள் பழையபடி முழு வீச்சில் பணிகளைத் தொடங்கிவிட்டோம். அதன்பின் எங்களுக்குத் தொடர்ந்து வெற்றிமுகம்தான்! பங்களாதேஷில் அன்றைக்கு உதவிய ஒரு தனி நபருக்கும் இங்கே 2013ல் நிலைமை புரிந்து அரைச் சம்பளத்துக்கு ஒப்புக்கொண்ட எங்கள் ஊழியர்களுக்கும் எந்த வித்தியாசமும் இல்லை. மனிதர்கள் அடிப்படையில் நல்லவர்கள். இந்த எண்ணத்துடன் எந்தத் தொழிலையும் அணுகுவது நன்மை தரும்.'' என்றவரிடம் புதிதாகத் தொழில் துறைக்கு வருவோருக்கு என்ன சொல்ல விரும்புகிறீர்கள் என்று கேட்டோம்.

''முதலில் கல்லூரிப் படிப்பை முடிக்க வேண்டும். வேலை, திருமணம், குடும்பம் என்று 'செட்டில்' ஆகக் குறைந்தது ஐந்து வருடம் ஆகும். அந்த இடைப்பட்ட காலக்கட்டம் முக்கியமானது. அப்போதுதான் எந்தத் தொழில் நமக்குச் சரியாக வரும் என்று தெரிந்து கொள்ள முடியும். அதுவரை ஏதேனும் ஒரு நிறுவனத்தில் வேலைக்குச் சேர்ந்து அனுபவம் சேகரிக்க வேண்டும். ஆனால் அதில் தேங்கிவிடக் கூடாது.

நாம் தொடங்க விரும்பும் தொழிலின் எதிர்காலம் எப்படி இருக்கும் என்று ஆராய்ந்து அறிய வேண்டும். அனைத்திலும் முக்கியம், தயங்கிக் கொண்டிராமல் இறங்கி அடிக்க வேண்டியது! சலிக்காமல் உழைப்பது, கணக்குப் போட்டு உழைப்பது இரண்டும் முக்கியம். வெற்றி அதில்தான் உள்ளது'' என்றார், மணிகண்ட மூர்த்தி.

புதிய பாதையே வெற்றிக்கு வழி

– முருகவேல் ஜானகிராமன், பாரத் மேட்ரிமோனி

நெருங்கிய சொந்தங்கள், நண்பர்கள் என்று குறுகிய வட்டத்திற்குள் தான் தொண்ணூறுகள் வரையிலும் நம் ஊரில் மாப்பிள்ளை/ பெண் தேடும் படலங்கள் நடைபெற்றுக்கொண்டிருந்தன. அப்போதெல்லாம் ஐந்து பத்துப் பேரைப் பார்த்து விசாரிப்பதே பெரிய விஷயம். அப்படியிருக்கையில், தன் இணையத் தளம் மூலம், தடாலடியாக லட்சக்கணக்கான வரன்களை அள்ளிக்கொண்டு வந்து போட்டு, கல்யாணக் கனவுக் கதவுகளை அகலமாகத் திறந்துவிட்டவர் முருகவேல் ஜானகிராமன்.

1996 இல் அமெரிக்காவில் வாழும் தமிழ்ச்சமூகத்திற்கு உதவும் வகையில் தமிழ்க் காலண்டர், நண்பர்கள் குழு, என்று பல சேவைகளைக் கொண்ட தளத்தைச் சிறிய அளவில் முருகவேல் தொடங்கினார். அதில் இடம்பெற்றிருந்த பல சேவைகளில் ஒன்று தான் திருமண வரன் பார்க்கும் மேட்ரிமோனி தளம்.

அப்படி ஒரு ஹாபியாக இவரால் தொடங்கப்பட்ட அது இப்போது ஆண்டிற்கு நாநூறு கோடிக்கும் அதிகமாக வருவாயை ஈட்டும் நிறுவனமாக வளர்ந்து நிற்கிறது.

ஐம்பது லட்சத்திற்கும் மேற்பட்ட வாடிக்கையாளர்கள். மூவாயிரத்திற்கும் அதிகமான ஊழியர்கள். இருபது பெருநகரங்களில் நூற்றிப் பத்துக் கிளைகள் என விரிந்திருக்கும் இந்த நிறுவனம் இன்று கிட்டத்தட்ட 60% இணையத் திருமணச் சந்தையைக் கைப்பற்றியிருக்கிறது. தொண்ணூறுகளின் இறுதியில் இந்த யோசனையைக் கொண்டுவந்து, அதன் ஆரம்பகட்டப் பணிகளை மேற்கொள்ளும் போது இவர் தனி ஆள்தான். ஒற்றையாளாகத் தொடங்கி இன்று புகழ்பெற்ற ஓர் அகண்ட வலைக் கட்டமைப்பை எப்படி உருவாக்க முடிந்தது..?

தான் பயணித்த பாதையைப் பற்றி நம்மிடம் சொல்கிறார் பாரத் மேட்ரிமோனி நிறுவனத்தின் தலைமை நிர்வாக அதிகாரி முருகவேல் ஜானகிராமன்.

என்னுடையது மிக எளிமையான பின்னணியைக் கொண்ட குடும்பம். சிறுவயதில் பத்துப் பதினைந்து குடும்பம் ஒன்றாக வாழும் ஒண்டிக்குடித்தனத்தில் தான் வாழ்ந்தோம். பத்தாவது வரை தமிழ் வழிக்கல்வி தான். படிக்கும் காலத்தில் வீட்டில் மின்சாரம் இருக்கவில்லை. தனிக் கழிப்பறையும் மின்சார வசதியும் கொண்ட ஒரு வீட்டில் குடியேறினால் போதும் என்பதுதான் என்னுடைய உச்சபட்ச லட்சியமாக இருந்தது.

பதினொன்று, பன்னிரண்டாம் வகுப்புகளில் ஆங்கில வழிக் கல்வி படித்தேன். கல்லூரியில் என்னை வேதியியல் படிப்பை எடுக்கச் சொன்னார்கள்.

அப்போது தான் டெக்னீஷியன் வேலை கிடைக்கும் என்று. ஆனால் அந்தப் படிப்பு எனக்குக் கிடைக்கவில்லை. தமிழ் வழிக் கல்வி படித்ததால், வேதியியல் கடினமாக இருக்கும், புள்ளியியல் படிப்பிற்கு மொழி தேவை இல்லையென்று அதைக் கொடுத்தார்கள். அந்தப் படிப்பு முடிந்ததும் *MCA* எனப்படும் முதுகலைக் கணிப்பொறிப் பயன்பாடு படிப்பில் சேர்ந்தேன்.

நல்லவேளையாக எனக்கு அன்று வேதியியல் படிப்புக் கிடைக்கவில்லை. ஏனெனில் கணினி படிப்புப் பிடித்திருந்தது. நிரலாக்கமும் *(Programing)* சிறப்பாக வந்தது. இந்தப் படிப்பு தான் என்னை வாழ்வில் உயர்த்த போகிறது என்பதை நான் அப்போதே உணர்ந்து விட்டேன். நன்றாகப் படித்தேன். படிப்பு முடிந்ததும் சிங்கப்பூர், அமெரிக்கா என்று சில நிறுவனங்களில் வேலைக்குச் சேர்ந்தேன்.

அப்படி அமெரிக்காவில் வேலை பார்க்கும் போது, அங்குள்ள தமிழ் மக்களுக்கு ஏதாவது செய்ய வேண்டும் என்று இலவசச் சேவையாக ஒரு தளத்தை உருவாக்கினேன். *1997* ஆம் ஆண்டு தமிழ்ப் புத்தாண்டு தினத்தில் தொடங்கினேன். பகுதிநேர வேலையாக ஆரம்பித்தாலும், அதற்காக இரவு பகலாக உழைத்தேன். தளத்தில் இருந்த பல சேவைகளில், திருமண வரன் பார்க்கும் சேவை நல்ல வரவேற்பைப் பெற்றது. அதை மட்டும் தனியாக ஒரு தளமாகக் கொண்டுவந்தோம். அது இந்தியாவிலும் நல்ல வரவேற்பைப் பெற்றது.

*2000*ஆம் ஆண்டுத் தமிழ்ப் புத்தாண்டு தினத்தில் தமிழ் மேட்ரிமோனி தளம் ஆரம்பிக்கப்பட்டது. நான் ராயபுரத்தில் வசித்ததால்,அங்கு நிறையத்

தெலுங்கு பேசும் மக்கள் இருந்தார்கள். அவர்களுக்கும் பயன்படும் விதமாகத் தெலுங்கு மேட்ரிமோனி கொண்டு வந்தோம். இப்படியே பல மொழி பேசுபவர்களுக்கும், பல சமுதாயத்தைச் சேர்ந்தவர்களுக்கும் தனித்தனியாகத் தளங்களைப் 'பாரத் மேட்ரிமோனியின்' கீழ் கொண்டு வந்தோம்.

ஜாதிப் பெயரில் தளங்களைக் கொண்டுவந்ததைப் பற்றி என்னிடம் கேட்பார்கள். நாங்கள் சமுதாயங்களை ஜாதியின் அடிப்படையில் பார்க்கவில்லை. அதை ஒரு கலாசாரம், மக்களின் வாழ்க்கை முறையாகத் தான் பார்க்கிறோம். நாங்கள் துறை சார்ந்தும் வரன்களை வகைப்படுத்தியுள்ளோம்.

மருத்துவர்களுக்கு 'டாக்டர் மேட்ரிமோனி', ராணுவத்தில் இருப்பவர்களுக்கு *'defence* மேட்ரிமோனி', விவாகரத்து ஆனவர்களுக்கு மறுமண வாய்ப்பைத் தரும் மேட்ரிமோனி என்று வாடிக்கையாளர்களின் வசதிக்காகத்தான் இப்படித் தனித்தனியே வகைப்படுத்தினோம். இவ்வளவு ஏன், ஜாதியே வேண்டாம் என்கிறீர்களா... அதற்கும் தனியாக ஒருதளம் இருக்கிறது. வாடிக்கையாளர்களின் விருப்பத் தேர்வு தான் எங்களின் நோக்கம்.

சென்னையில் சிறிய அளவிலான அலுவலகமாகத் தான் தொடங்கியது இந்தப் பயணம். *2006*ஆம் ஆண்டு, *8.6* மில்லியன் டாலர்களையும், *2008* ஆம் ஆண்டுப் பன்னிரண்டு மில்லியன் டாலர்களையும் முதலீடாகப் பெற்றோம். இப்போது பாரத் மேட்ரிமோனி *IPO* நிறுவனமாக இருக்கிறது. நேர்மையான ஊழியர்களும், சிறந்த நிர்வாக முறையும் சந்தையில் எத்தனை பேர் முளைத்து வந்தாலும் எங்களைத் தனியாகத் தெரிய வைத்தது.

தொடக்க காலத்தில் வலைத்தளத்தில் கிரெடிட் கார்டு மூலம் சந்தா செலுத்தும் வசதிகளை ஏற்படுத்துவதற்கு முன் வீடுகளுக்கே நேரடியாகச் சென்று சந்தாவை பெறும் முறையை நாங்கள் தான் பின்பற்றினோம். அதன் பின், அந்தந்தக் காலத்திற்கேற்ப வாடிக்கையாளர்களின் தேவையைப் புரிந்துகொண்டு, பல புதிய வசதிகளை அறிமுகம் செய்து கொண்டே வருகிறோம். 'வெட்டிங் பஜார்' *(wedding bazar)* திருமண ஏற்பாடுகளுக்குத் தேவையான தகவல்களை ஒரே இடத்தில் தரும் தளம். மண்டப் .காம் *(Mandap.com)* தமிழ்நாட்டில் உள்ள அனைத்து நகரங்களிலும் இருக்கும் திருமண மண்டபங்களைப் பற்றிய விபரங்களை உள்ளடக்கியது.

எங்களின் தளத்தில் பதிவு செய்பவர்களின் தகவல்கள் மற்றும் அதன் உண்மைத்தன்மையைக் கண்டறிய ஐந்து கட்டச் சோதனைகளைச் செய்யும் வசதியை ஏற்படுத்தியுள்ளோம். பதிவு செய்யும் வாடிக்கையாளர்கள் முதலில் அவர்களின் கைபேசி எண்ணைப் பதிய வேண்டும். அதை வைத்து அவர்களின் *ID* சரிபார்க்கப்படும். அதேபோல, அவர்களின் பணி இடம், படிப்புச் சார்ந்த தகவல்கள் சரிபார்க்கப்படும். இந்தத் தகவல்களை வேண்டிய வாடிக்கையாளர்கள் உபயோகப்படுத்திக் கொள்ளலாம்.

என்னதான் இந்த வசதிகள் இருந்தாலும், இந்த இணையத் தளம் என்பது வரனைக் கண்டடைய உதவும் ஒரு கருவி மட்டுமே. வரனை பற்றிய தகவல்களை, உண்மைகளை அவர்களை நேரில் சந்தித்து, விசாரித்துத் தெரிந்துகொள்வதைத் தான் நாங்கள் வலியுறுத்துகிறோம்.

திருமண முடிவு என்பது ஒரு புரிதலின் மூலம் எடுக்கப்பட வேண்டியது. அது நம்பிக்கையின் அடிப்படையில் தொடங்கப்படவேண்டியது. ஆண் - பெண் இருவரும் தங்களின் தேவைகளுக்கும், எதிர்பார்ப்புகளுக்கும் இருக்கும் வித்யாசத்தை உணர்ந்துகொள்ள வேண்டும்.

உதாரணமாக ஒருவருக்குச் சைவம் சாப்பிடுபவர் வேண்டும், இந்த உத்யோகம் அல்லது இந்தச் சமூகம் சார்ந்து வரன் வேண்டும் என்றால், இதில் எது அவர்களின் தேவை, எது எதிர்பார்ப்பு என்பதில் தெளிவு வேண்டும். எதிர்பார்ப்புகளை அட்ஜஸ்ட் செய்துகொள்ளலாம்.

என்னுடைய வாழ்க்கைத் துணையையே நான் இந்தத் தளத்தின் மூலம் தான் சந்தித்தேன். அவர் பெயர் தீபா. குஜராத்தைச் சேர்ந்த தமிழ் பெண். நான் என்றுமே என் மனைவி குஜராத்தில் இருந்து வருவார் என்று எதிர்பாத்திருக்கவில்லை. மிஞ்சி மிஞ்சிப் போனால், தமிழ்நாட்டின் பிற ஊர்களில் இருப்பார் என்று தான் நினைத்திருந்தேன்.

அவரின் ப்ரொபைல் பார்த்துவிட்டு அவரின் தந்தை, அதாவது இன்று என் மாமனார் - அவரிடம் தான் முதலில் பேசினேன். பெண்ணிடம் பேச வேண்டும் என்று கேட்டதற்கு, முதலில் ஜாதகம் பொருந்தி வரவேண்டும் என்று சொல்லி விட்டார்.

அந்தப் பொருத்தங்கள் எல்லாம் சரியாக வந்ததும். நாங்கள் பேசிச் சந்தித்துக் கொண்டோம். அவர் குஜராத்தில் இருந்து சென்னை வந்தார், நான் அமெரிக்காவில் இருந்து வந்தேன். எங்களை இணைத்த இன்னொரு சுவாரசியமான விஷயம்,

எங்கள் இருவரின் பெற்றோரின் பெயரில் இருந்த ஒற்றுமை.

என் பெற்றோரின் பெயர் ஜானகிராமன்- இந்திராணி. என் மனைவியின் பெற்றோர் பெயரும் ஜானகிராமன் - இந்திராதேவி. இருவரும் தங்களின் மனைவியை இந்திரா என்று தான் அழைப்பார்கள். இதைப்போல ஒரு பெயர் ஒற்றுமையை நான் இதற்கு முன் பார்த்திருக்கவில்லை.

நான் தமிழ்நாட்டில்தான் பெண் தேடிக் கொண்டிருந்தேன். ஆனால் எனக்குக் குஜராத்தில்தான் அமைத்தது. அதேபோலத் தான், நம்முடைய நல்வாழ்விற்கு என்ன வேண்டும் என்பதைப் புரிந்துகொண்டு வரனை அணுக வேண்டும். அதில்லாமல் வகைவகையாகக் கண்டிஷன்களை அடுக்கிக்கொண்டு போகக்கூடாது.

அதேபோல வரன் பார்க்கும் போது, அதற்கான நேரத்தைச் செலவிடும் பொறுமை வேண்டும். ஏனென்றால், இது வாழ்க்கையை நம்மோடு பகிர்ந்து கொள்ளப் போகிறவர்கள் பற்றிய முடிவு. அதற்கான நேரத்தையும் செலவையும் செய்யத் தயங்கக் கூடாது.

இன்றும் நான் சந்திக்கும் மக்கள் என்னுடைய வலைத்தளம் மூலம் தான் திருமணம் அமைந்ததாகக் கூறுவார்கள். ஒரே குடும்பத்தில் நான்கு ஐந்து பேரின் கல்யாணம் மேட்ரிமோனி தளத்தில் நிச்சயம் ஆன கதைகளும் உண்டு. ஆனால் அண்மையில் என் உதவியாளர் ஒரு தகவலைச் சொன்னார். மேட்ரிமோனி மூலம் திருமணம் செய்துகொண்ட ஒருவர், இப்போது அவரின் மகளுக்கு இதே தளத்தில் வரன் பார்த்துக் கொண்டிருப்பதாகக் கூறினார்.

தலைமுறைகளைத் தாண்டி இந்தச் சேவை மக்களிடம் வரவேற்பைப் பெற்றுக் கொண்டிருப்பதை நான் உணர்ந்த தருணம் அது. அந்த நபரைச் சந்திக்க வேண்டும் என்று கேட்டிருக்கிறேன். இப்படித்தான், உற்சாகமாக அடுத்தக் கட்டப் பாய்ச்சலுக்குத் தயாராகிக் கொண்டிருக்கிறோம்.

மகிழ்ச்சியான திருமணங்களை ஏற்படுத்திக் கொடுப்பதுதான் எங்களின் ஒரே நோக்கம். ஒரு நாடு முன்னேற்றம் அடைய வேண்டுமானால், நல்ல குடிமகன்கள் வேண்டும். நல்ல குடிமகன்கள் சிறந்த பெற்றோரால் வளர்க்கப்பட்டு வருபவர்கள். மகிழ்ச்சியான தம்பதி தான் சிறந்த பெற்றோராக ஆக முடியும். அந்த மகிழ்ச்சியான தம்பதிகளை உருவாக்குவது தான் எங்களின் கனவு.'

வரதட்சணை கொடுக்கும் அல்லது வாங்கும் நடைமுறைகளைப் பற்றி உங்களின் அனுபவத்தில் இருந்து சிலவற்றைப் பகிர்ந்துகொள்ளுங்கள் என்று கேட்டதற்கு, அவர் சொன்னது: 'இன்றைய தேதியில் தமிழகத்தில் இந்த வழக்கம் சற்றுக் குறைந்து வருவதாக நினைக்கிறேன். அல்லது மக்கள் அவ்வளவு வெளிப்படையாகக் கேட்பதில்லை. நாங்களும் இந்த விஷயத்தில் பெரிதாகத் தலையிடுவதில்லை. அதற்காக இம்முறை முற்றிலும் இல்லை என்று ஒருபோதும் சொல்ல மாட்டேன்.

சில இடங்களில் பெண்களே இதை எதிர்த்து தன் கருத்துகளைப் பதிவு செய்கிறார்கள் என்பது நல்ல விஷயம். ஆனால் எனக்குத் தெரிந்து இன்னும் ஆந்திராவில் இந்த நடைமுறை இருக்கிறது. பையனின் படிப்பு மற்றும் வேலை, சம்பாத்தியத்தை வைத்துப் பணம் கேட்கத்தான் செய்கிறார்கள்.'

புதிதாகத் தொழில் தொடங்கும் ஆர்வமுள்ளவர்களுக்கு நீங்கள் சொல்லவிரும்புவது?

'தொழில்துறையைப் பொறுத்தவரை இந்தியாவில் அதிகம் வாய்ப்புகள் இருக்கிறதென்று தான் நான் சொல்லுவேன். அதனால் ஒருவர் செய்யும் அதே தொழிலைத்தான் நாமும் செய்யவேண்டும் என்று நினைக்காமல், தங்களுக்கென்று புதிய பாதையை உருவாக்கலாம். இன்று நிறைய வரன் பார்க்கும் தளங்கள் இருந்தாலும், லாபத்தைச் சம்பாதிக்கும் நிறுவனம் எங்களுடையது தான். பிறரை பார்த்துக் கண்மூடித்தனமாக ஒரு விஷயத்தை அப்படியே செய்வது பலன் தராது. நம் குறிக்கோள் என்னவென்று தெளிவாக முடிவெடுக்க வேண்டும். எளிமையாகச் சொல்வதென்றால், *unorganised* செக்டர்களை ஒழுங்குபடுத்தினாலே பல புதிய துறைகளை, வேலைவாய்ப்புகளைக் கொண்டுவரலாம். மக்களின் தேவைகளை, விருப்பங்களைக் கூர்ந்து கவனித்தாலே போதும். அதைப் பூர்த்தி செய்யும் வழிமுறைகளே ஏராளமாக இருக்கின்றன.'

கனவில் கலெக்டர்; நிஜத்தில் கவிஞர்

– இளங்கோ கிருஷ்ணன்

பொன்னி நதி பாக்கணுமே...

இன்று ஊர் முழுக்கப் பாடிக்கொண்டிருப்பது இதைத்தான். மணி ரத்னத்தின் பொன்னியின் செல்வன் திரைப்படத்தில் இடம் பெற்றுள்ள இந்தப் பாடலைப் பற்றிப் பேசாதவர்கள் இல்லை; எழுதாத செய்தி இல்லை. சில நூறு பேர்கள் மட்டும் புழங்கும் இலக்கிய வட்டத்துக்குள் தெரிந்த பெயராக இருந்த இளங்கோ கிருஷ்ணனை இன்று தமிழகமே அறியும். ஆனால் கலெக்டர் ஆக ஆசைப்பட்ட இளங்கோ எப்படிக் கவிஞரானார் என்பது அந்தச் சிறிய வட்டத்தில்கூடப் பலருக்குத் தெரிந்திருக்க நியாயமில்லை.

'கோயமுத்தூர் பாப்பநாயக்கன்பாளையம்தான் என் சொந்த ஊர். இயற்பெயர் இளங்கோவன். அப்பா பெயர் பாலகிருஷ்ணன். அவரது பெயரைச் சேர்த்து

இளங்கோ கிருஷ்ணன் என்ற புனைபெயரில் எழுதிக் கொண்டிருக்கிறேன்.

பள்ளிக்காலத்தில் நான் நன்றாகப் படிக்கிற பையன். முதல் மூன்று மதிப்பெண்களுக்குள் எடுக்கக்கூடிய மாணவன். விளையாட்டிலும் ஆர்வம் உண்டு. சிறுவயதில் இருந்தே எனக்கு இலக்கியத்தில் ஈடுபாடு வரக் காரணம், என்னைச் சுற்றி புத்தக வாசிப்புச் சூழல் இருந்தது. வாசிப்பவர்களும் இருந்தார்கள்.

என் தந்தை தினசரிகள், வார இதழ்கள், மாத இதழ்களை வாங்கிக்கொண்டு வருவார். நான் அதைத் தொடர்ந்து படிக்க ஆரம்பித்தேன். அதே போல என் அக்கம் பக்கத்தில் உள்ள அண்ணன்கள், அக்காக்களிடம் கதைப் புத்தகங்களைக் கேட்டு வாங்கிப் படிக்கவும் செய்தேன்.

வீட்டில் வறுமை இல்லை; ஆனால் ஏழைமை இருந்தது. என் தந்தை மில் தொழிலாளியாக இருந்தார். அளவான வருமானம்தான். அவரால் எங்களின் உணவுத் தேவையைப் பூர்த்தி செய்ய முடிந்தது. எனக்கும் என் தங்கைக்கும் அடிப்படையான கல்வியையும் கொடுக்க முடிந்தது. பத்தாம் வகுப்புப் பொதுத்தேர்வில் நல்ல மதிப்பெண்கள் எடுத்திருந்தும், என்னால் பள்ளிப் படிப்பைத் தொடர முடியவில்லை. சூழ்நிலை அப்படி. ஆனாலும் வீட்டில் சண்டை போட்டு, மேல் படிப்பில் சேர்ந்தேன். கலைப் பிரிவை எடுத்தேன்.

பள்ளி இறுதித்தேர்வில் முதல் மாணவனாக வந்தேன். அப்போது தந்தைக்கு உடல் நிலை சரியில்லாமல் இருந்தது. அவரால் சில காலம் வேலைக்குச் செல்ல இயலவில்லை. குடும்பம் அவர் ஒருவரின் சம்பாத்தியத்தில் தான் ஓடிக்கொண்டிருந்தது.

அவரது வைத்தியச் செலவு, வீட்டுச் செலவு எனச் சேமிப்பு அனைத்தும் கரைந்தது, கடனும் சேர்ந்தது. என்னால் மேற்கொண்டு படிப்பைத் தொடர முடியாத நிலை. வேலைக்குச் செல்ல ஆரம்பித்தேன்.

நான் அநேக இடங்களில் வேலைகள் செய்திருக்கிறேன். மோட்டார் கம்பெனியில் இருந்திருக்கிறேன். இப்போது கூட என்னால் ஒரு மோட்டாரை முழுதாகக் கழட்டி மாட்ட முடியும். காயில் கவுண்ட் எல்லாம் இன்றும் நினைவில் உள்ளது. போட்டோக்ராபரிடம் லைட் பாயாக இருந்திருக்கிறேன். பார்மசியில் மருந்தாளர், வைண்டிங் அசிஸ்டன்ட் என்று ஏகப்பட்ட வேலைகளைச் செய்திருக்கிறேன்.

கல்லூரிக்குப் போகவேண்டும் என்பது என்னுடைய பெரிய ஏக்கம். சிறு வயதில் என்னிடம், நீ நிறையப் படித்தால்தான் கலெக்டராக முடியும் என்று சொல்வார்கள். நானும் அதை மனத்தில் வைத்துத்தான் படித்தேன். ஆனாலும் வாழ்க்கை என்னைக் கல்லூரிப் படிப்பிற்குக் கூட அனுமதிக்கவில்லை.

என் மீதான என் பெற்றோரின் எண்ணம், நான் பகல் கனவு காண்கிறேன், யதார்த்தத்தை உணராமல் இருக்கிறேன் என்பதுதான். எனவே என் தந்தை எப்போதும் என்னைக் கண்காணிக்கத் தொடங்கினார்.

என் பெரியப்பா நியூஸ் பேப்பர் ஏஜெண்டாக இருந்தார். அவர் வீட்டில் கட்டுக்கட்டாக ஆனந்த விகடன் இருக்கும். விடுமுறை நாட்களில் அங்கு சென்றால், வெளியே வராமல் உட்கார்ந்து படிப்பேன். அதேபோல ராஜேஷ் குமார் நாவல்கள் வாடகைக்குக் கிடைக்கும். பள்ளி செல்லும் போது அம்மா கொடுக்கும் 50 பைசாவை வைத்து அந்த நாவல்களை

வாங்குவேன். வீட்டில் திட்டுவார்கள், ‘உக்காந்து கதை புக்கு படிச்சுட்டு இருக்கான் பாரு’ என்று.

பாடல் வரிகளைக் கவனிக்க எனக்குச் சொல்லிக் கொடுத்தது பக்கத்து வீட்டு அண்ணா, அக்காக்கள். சினிமாவைப் பல பரிமாணங்களில் ரசிப்பதற்குச் சொல்லிக் கொடுத்தார்கள். இப்படித் தான் நல்ல ரசனை வளர்ந்தது. ரசனை வளரும் போது கவிதை பிடிக்க ஆரம்பித்தது.

ஒரு பக்கம் ராஜேஷ் குமார், பட்டுக்கோட்டை பிரபாகர் நாவல்கள் படித்துக்கொண்டு பாடல்கள், ரசனை என்று இருந்தபோது, அக்காக்கள் பாலகுமாரனை விழுந்து விழுந்து படிப்பதை பார்த்தேன்.

அப்படி என்னதான் இருக்கிறது என்று நானும் படித்தேன். உண்மையில், எனக்கு முதல் முறை பாலகுமாரனைப் படிக்கும் போது பிடிக்கவில்லை. ராஜேஷ் குமார் இப்படி ஒரு நாவலைத் தொடங்கவே மாட்டார். அவரது எழுத்து அப்டியே ரெக்கை கட்டி வானத்தில் பறக்கும் வேகத்தைக் கொண்டது. பாலகுமாரன் என்ன இப்படி மெதுவாக அசைக்கிறார் என்று நினைத்தேன்.

நல்ல குத்துப் பாடல் கேட்டு விட்டு, கர்நாடக சங்கீதம் கேட்டால், எப்படி உணர்வார்கள், அப்படித்தான் இருந்தது. ஆனாலும் காரணமில்லாமல் இவர்கள் ரசிக்க மாட்டார்களே, நாமும் இந்த ரசனையைப் பழக வேண்டும் என்று நினைத்து வாசித்தேன். மெல்ல மெல்ல பாலகுமாரன் பிடிபட்டார்.

கதை ஒரு பக்கம் இருக்க, கவிதைப் பக்கமும் தாவினேன். அந்தக் காலக் கவிஞர்களை ஒருவர் விடாமல் படித்தேன். மு.மேத்தா, அப்துல் ரகுமான்

என்று தீவிர கவிதை வாசிப்பு, பின்னாளில் என்னைக் கவிதை எழுத வைத்தது. அதை இன்று கவிதை என்று சொல்ல முடியாது. ஆனால் சொற்களுக்குப் பழகுதல் என்று சொல்வார்களே... அது அன்றே தொடங்கியது.

கவிதை எழுத வருகிறது, பாடல் எழுதி விடலாம் என்ற எண்ணத்தில் சென்னை போக வேண்டும் என்று உறுதியாக இருந்தேன். எங்கள் வீட்டில் எந்த முக்கியமான முடிவாக இருந்தாலும் அதை எங்களின் ஆசான் ஒருவரிடம் ஆலோசித்துவிட்டுத்தான் எடுப்பார்கள்.

என்னுடைய இந்த முடிவைப் பற்றி அவரிடம் என் பெற்றோர் கேட்டனர். அன்று அவர் என் ஜாதகத்தைச் சரியாகக் கணித்தாரோ, தவறாகக் கணித்தாரோ தெரியவில்லை. இவருக்குப் பாட்டெழுதுவதெல்லாம் ஆகாது. சென்னைக்கு அனுப்பவேண்டாம் என்று சொல்லிவிட்டார்.

அன்று முழுவதும் வீட்டில் பெரும் சண்டை. யாருக்கும் நிம்மதியில்லாத ஓர் இரவாக அது இருந்தது. அப்போது நான் நினைத்திருந்தால் வீட்டை விட்டு வெளியே வந்திருக்கலாம். ஆனால் தந்தைக்கு உடல் நலமில்லாமல் இருக்கும்போது, தாயையும், தங்கையையும் தனியே விட்டுப்போக எனக்கு மனமில்லை. அன்று ஒரு முடிவெடுத்தேன். இப்போது நான் பாட்டெழுதப்போகவில்லை என்றால் என்ன ஆகிவிடப் போகிறது..? நான் எழுதும் கவிதைகளை ஊர் முழுக்கப் பாராட்ட வேண்டும் என்பதில்லை. ஒன்றிரண்டு பேர் படித்துவிட்டு நன்றாக உள்ளது என்றாலே போதும் என்று நினைத்துக்கொண்டேன்.

ஆடிட்டர் ஆபீஸில் பியூனாக வேலைக்குச் சேர்ந்தேன். வேலைப்பளு அதிகம் இருக்கவில்லை. சம்பளம்

கம்மிதான் என்றாலும் நிம்மதியான மனநிலை இருந்தது. அந்தக் காலகட்டத்தை வாசிப்பிற்குப் பயன்படுத்திக் கொண்டேன்.

ஆசைப்பட்டதைப் போலப் படிப்பதும் எழுதுவதுமாக இருந்தேன். சில ஆண்டுகளில் வேலையை விட்டுவிட்டு சொந்தத் தொழில் தொடங்கினேன். 2013 ஆண்டு போல, வெவ்வேறு காரணங்களால் தொழிலில் நஷ்டம் வந்தது.

வெளியே எங்காவது வேலைக்குப் போகவேண்டும் என்ற சூழல். அப்போது எல்லோரும் என்னை ஆடிட்டர் ஆஃபீஸிற்குக் கணக்காளராகத் தான் போகச் சொன்னார்கள். உனக்கு அங்குதான் பல ஆண்டுகள் வேலை அனுபவம் இருக்கிறது. அது தான் சரிவரும் என்றார்கள். ஆனால் எனக்கு வேறு எண்ணம் இருந்தது.

ஒரு விஷயத்தைத் தொலைத்த இடத்தில் தேடுவதுதான் நியாயமாக இருக்கும் என்பதைப் புரிந்துகொண்டேன். நான் இலக்கியத்தில் தான் என் வாழ்க்கையைத் தொலைத்தேன். அப்படியென்றால், அங்கேயே தேடுவோம். பத்திரிகைத் துறைதான் என்று முடிவெடுத்தேன். அப்போது விகடனில் இருந்து அழைப்பு வந்தது.

விகடனுக்கு இலக்கியப் பத்திரிகை தொடங்க வேண்டும் என்ற யோசனை அப்போது இருந்தது. அதற்குக் கேட்டுப் பார்க்கலாம் என்று அவர்களிடம் சென்று பேசினேன். இப்போதைக்கு டாக்டர் விகடனில்தான் பணியிடம் இருக்கிறது என்றனர். நான் அங்கே உதவி ஆசிரியராகச் சேர்ந்தேன்.

சிறிது காலம் அங்கே பணியாற்றிவிட்டு, இப்போது இருக்கும் தினகரன் (குங்குமம் டாக்டர்)

பத்திரிக்கையில் பொறுப்பாசிரியராகச் சேர்ந்தேன். இப்படி வேலை ஒரு பக்கம் போய்க்கொண்டிருக்க, எழுத்து சார்ந்தும் இயங்கி கொண்டிருந்தேன்.

ஒருபத்துவருடகாலம், கடுமையானமனஅழுத்தத்தில் இருந்தேன். *2008 - 2017* வரை நிறைய எழுதினேன். சிலவற்றைக் கிழித்துப் போட்டுவிட்டேன். சிலவற்றை இன்னும் பிரசுரிக்காமல் வைத்துள்ளேன். ஆனால் அந்தப் பத்து வருட காலகட்டத்தில் தான் எனக்குத் திருமணம் ஆனது. நல்ல மனைவி. அழகான குழந்தை எனக் குடும்பம் அமைந்தது. *2013* இல் சென்னைக்கு வந்தேன். அடுத்த ஆண்டில் குடும்பத்தை இங்கு அழைத்து வந்தேன்.

பொன்னியின் செல்வன் மாதிரியான ஒரு வாய்ப்புக் கிடைத்திருக்கவில்லை என்றால் நான் பாட்டுக்குப் புத்தகங்கள் எழுதி வெளியிட்டுக்கொண்டு என் போக்கில் போயிருப்பேன். இப்போது கூட சோழப் பேரரசைப் பற்றி ஒரு நாவல் எழுதிக் கொண்டிருக்கிறேன். இந்த வருடம் மேலும் இரண்டு நூல்கள் வரவிருக்கிறது.

இந்தப் பட வாய்ப்பு கிடைத்ததற்கு முக்கியக் காரணம் ஜெயமோகன் தான். அவர்களுக்குப் பத்தாம் நூற்றாண்டுத் தமிழ் தேவை பட்டது. அதேசமயம் நவீனக் கவிதை எழுதத் தெரிந்த, மரபு இலக்கியத்தின் ஆழம் புரிந்த ஒரு கவிஞர் தேவைப்பட்டார். கவிதைகள் மரபுத் தன்மையில் நவீன மொழியில் எழுத வேண்டும் என்று வந்தபோது ஜெயமோகன் என் பெயரைப் பரிந்துரைத்தார்.

நான் சென்று அவர்களைச் சந்தித்தேன். நான் செல்வதற்கு முன்பே என்னைப் பற்றி ஆழ்ந்து ஆராய்ச்சி செய்து வைத்திருந்தனர். என்னுடைய

எழுத்துக்கள், பேச்சுக் காணொளிகள், கவிதைத் தொகுப்புகள் என்று அனைத்தையும் பார்த்திருந்தனர். என் படைப்புகளில் அவர்களைக் கவர்ந்தவற்றை எடுத்துச்சொல்லிஎன்னைஆச்சர்யப்படுத்திவிட்டனர்.

நானும் வெறுங்கையுடன் அவர்களைப் பார்க்கப் போகவில்லை. சந்திப்பு குறித்துத் தேதி முடிவானதும், சோழ நாட்டின் பெருமைகளைக் குறித்த கவிதைப் பாடல்களை எழுதினேன். அதுவும் விதவிதமான நடைகளில்.

மரபு நடை, நவீனக் கவிதை நடை, சினிமாப் பாட்டு நடை இப்படி. அதேபோல, பூங்குழலி ஒரு பாட்டுப் பாடினால் எப்படி இருக்கும் என்ற கோணத்தில் ஒரு கவிதை எழுதி எடுத்துச்சென்றேன். அதுவும் அவர்களுக்குப் பிடித்துப்போனது. சுவாரஸ்யமாக இருக்கிறது, இணைந்து வேலை செய்வோம் என்று கூறினார்கள்.

நான் முதலில் ஒரு பாட்டு எழுதுவதற்குத்தான் என்னை அழைத்திருக்கிறார்கள் என்று நினைத்திருந்தேன். ஆனால் ஒரு பாட்டு முடிந்து இன்னொன்று, அது முடிந்து அடுத்தது என்று எழுதக் கொடுத்துக்கொண்டே இருந்தார்கள்.

மூன்றாவது பாட்டு எழுதும் போது, ஜெயமோகனை அழைத்துப் பேசினேன். அவர், ‘இன்னும் நீ போகவில்லையா? முதல் நாளே துரத்தியிருப்பார்கள் என்று நினைத்தேன்’ என்றார். ஏனென்றால், பொதுவாக நவீன கவிதை எழுதுபவர்களுக்கு மீட்டருக்குள் பாட்டு எழுதுவது சிரமமான விஷயம். அதேபோல மரபுக்கவிதை வார்த்தைகளைக் கொண்டு வரவும் திணறுவார்கள். பத்தாம் நூற்றாண்டுத் தமிழில் நவீனத்துவதோடு கூடிய கவிதையை இசை மெட்டுக்காக எழுதுவது எளிய காரியம் இல்லை.

நான் ஆரம்பக் கட்டத்தில் எழுதிப் பழகியது எல்லாம் எனக்கு இதில் உதவியது. சோழர்களைப் பற்றிய நூல்களைநான்அவ்வப்போது படித்துக்கொண்டுதான் இருக்கிறேன். நாவல் எழுதிக கொண்டிருப்பதால், அதற்காகச் சில ஆய்வுநூல்களைத் திரும்பப் படித்துக் கொண்டிருக்கிறேன். நீலகண்ட சாஸ்திரி, சதாசிவ பண்டாரத்தார், இராசமாணிக்கனார் மற்றும் பல முக்கிய ஆய்வாளர்கள் எழுதிய சோழர்கள் வரலாற்றை இதற்காகத் திரும்பப் படித்தேன்.

அதேபோலச் செழுந்தமிழ்ச் சொற்களுக்காகக் கலிங்கத்துப்பரணி, அகநானூறு, புறநானூறு, நற்றிணை, குறுந்தொகை என்று அனைத்தையுமே இன்னொரு முறை படிக்கும்படி இருந்தது.

பொதுவாகவே சொல்வளத்திற்கு அதிகம் முக்கியத்துவம் கொடுத்துக் கவனிப்பேன். அகராதிகள் படிப்பது என்னுடைய சுவாரஸ்யமான பொழுதுபோக்கு. அவற்றையெல்லாம் ஒரு நாவல் படிப்பதைப் போன்று கடகடவென வாசிப்பேன்.

படத்தில் பெரும்பான்மைப் பாடல்களை எழுதியுள்ளேன். ஒவ்வொரு பாடலையும் எழுதி முடிக்கத் தேவைப்பட்ட காலம், அந்தப் பாட்டின் தன்மையைப் பொறுத்து மாறுபட்டது. இப்போது வெளியாகியிருக்கும் ‘பொன்னி நதி பாக்கணுமே’ பாடலை எழுதுவதற்கு ஒரு மாதம் ஆனது. சில பாடல்களை ஒன்றரை மணி நேரத்தில் கூட எழுதியிருக்கிறேன்.

அந்தந்தப் பாடல்களுக்கான சூழலை, அந்தக் கதாபாத்திரத்தின் மனநிலையை இயக்குநர் விவரித்துவிடுவார். இசையமைப்பாளர் இசைக் குறிப்புகளைக் கொடுப்பார்.

சினிமாப் பாடல்களுக்கு மூன்று அத்தியாவசியமான *Q* இருக்கிறது. *quick, quality, quantity* என்பது தான் அது. பாடல்களைக் காலம் தாழ்த்தாமல் வேகமாக எழுத வேண்டும். அப்படி எழுதும் பாடல்கள் சிறந்த தரத்தில் இருக்க வேண்டும். அதேபோல ஒன்று சரிவரவில்லை என்றால் இன்னொன்று, மற்றொன்று என்று அவர்கள் திருப்தியாகும் வரை கொடுத்துக் கொண்டே இருப்பது. அதைச் சலிக்காமல் செய்ய முடிய வேண்டும்.

இந்தப் பாடல்களின் வெற்றியை ஏ.ஆர்.ரகுமான் டியூன் போட்டு காட்டும் போதே பார்த்துவிட்டேன். ஒரு பாட்டை முதலில் டியூனாகக் கேட்பது ஓர் உணர்வைத் தரும். அதில் பாடல் வரிகளைப் போட்டு மெருகேற்றும் போது அது வேறு ஒரு வடிவம் பெறும்.

அதுவே இசைக்கருவிகளின் இசையைச் சேர்த்து முழுவடிவம் பெறும் போது முற்றிலும் வேறு மாதிரியான மகிழ்வுணர்ச்சியைத் தரும். இது கிட்டத்தட்ட ஒரு பெண் குழந்தை, வளர்ந்து திருமணப் பருவம் அடையும் வளர்ச்சியை நாம் பார்ப்பது போன்ற உணர்வைத் தரும்.

தமிழ்ச் சமூகம், உலகத்தில் உள்ள பல சமூகத்தைப் போல இன்னும் வளர்ந்து கொண்டிருக்கும் சமூகம்தான். மக்கள் நல்ல எழுத்துகளுக்கு ஆதரவு தர வேண்டும். நல்ல எழுத்தாளர்களின் பின்னால் நிற்க வேண்டும்.

நல்ல எழுத்தை ஆதரிக்கும் போது, அது நல்ல தமிழை ஆதரிப்பதாகும். நல்ல தமிழை ஆதரித்தால், ஆரோக்கியமான சமுதாயம் உருவாகும். அது இன்றிருப்பதை விட அறிவார்ந்த, இன்னும் மேம்பட்ட ஒரு சமூகம் உருவாகக் காரணமாக

இருக்கும். வளர்ந்த நாகரிகங்களும், சமூகங்களும் இதைத்தான் செய்தன. இதை ஒரு வேண்டுகோளாக மக்களிடம் வைக்கிறேன்.

இலக்கியத்திற்குள் இருந்து இலக்கியத்தை ஒரு போதும் எடுக்க முடியாது. வாழ்க்கையை நெருங்கிச் சென்று பார்க்கும் பயணங்களை அவசியம் மேற்கொள்ள வேண்டும். பலதரப்பட்ட மனிதர்களுடன் உரையாட வேண்டும். இலக்கியத்தை மட்டுமே படித்துவிட்டு எழுதுவதற்கு முயலவேண்டாம்.

பிரமாதமான எழுத்து வேண்டும் என்றால் வெறும் இலக்கியத்தை மட்டும் படிக்காமல், வேறொரு துறையை எடுத்துப் படித்துத் தேர்ச்சிபெற வேண்டும். அது விவசாயமாக இருக்கலாம், தத்துவமாக இருக்கலாம். வரலாறாக இருக்கலாம். இலக்கியம் என்பது நீங்கள் சமைக்கும் சமையலறை. நீங்கள் படிக்கும் அந்த இன்னொரு துறை தான் மூலப்பொருள்.

வரலாற்றில் நீங்கள் வலுவாக இருந்தால், அதை ஒரு மூலப்பொருளாக மாற்றி நல்ல படைப்பைக் கொடுக்க முடியும். நீங்கள் இலக்கியச் சமையலறையை மட்டும் வைத்துக் கொண்டு உணவு தயாரிக்க முடியாது. மூலப்பொருள்களை முதலில் கண்டடையுங்கள்.

எல்லோராலும் எல்லாவற்றையும் கற்றுக்கொள்ள முடியாது. பல துறை சார்ந்து கொஞ்சம் தெளிவும், ஒரு துறை சார்ந்து ஆழ்ந்த அறிவும் பெறுவதற்குப் பயிற்சி செய்யுங்கள். அதுதான் உங்களை அடுத்தடுத்த உயரங்களுக்கு இட்டுச்செல்லும்.’

ஒரு புத்தகம் உன் வாழ்வைப் புரட்டிப்போடும்

– டிஸ்கவரி வேடியப்பன்

புத்தகங்கள் ஒருவரது வாழ்க்கையை என்ன செய்யும்? அதிகம் சிரமப்பட வேண்டாம். சென்னை கேகே நகர் டிஸ்கவரி புக் பேலஸுக்குச் சென்று வேடியப்பனைச் சந்தியுங்கள். வாசிப்பையும் வாழ்வையும் பிரிக்க முடியாதவர்களின் வளர்ச்சி எவ்வளவு வண்ணமயமாக இருக்கும் என்று கண்கூடாகத் தெரியும்.

சினிமாக் கனவுகளோடு சென்னை வந்தவர் வேடியப்பன். பதிப்புத் துறைக்கு எப்படி மாறினார்? பன்னிரண்டே ஆண்டுகளில் ‘சென்னையின் அடையாளங்களுள் ஒன்று’ எனச் சொல்லத்தக்க வகையில் ஒரு பிரம்மாண்டமான வாசிப்புப் பூங்காவையே கட்டி எழுப்ப முடிந்தது எப்படி? பேசினோம்.

‘சொந்த ஊர் தருமபுரி மாவட்டம், கைலாயபுரம். எங்களுடையது விவசாயக் குடும்பம். நான்தான் வீட்டில் முதல் பட்டதாரி. பாடப் புத்தகங்கள் தவிரப் படிப்பதற்குப் பேப்பர் கூடக் கிடைக்காத கிராமம் எங்களுடையது. ஆனால் இயல்பிலேயே கதை படிக்கும் ஆர்வம் எனக்கிருந்தது.

வைரமுத்துவின் புத்தகங்களைப் படிக்க ஆரம்பித்தேன். 'சிற்பியே உன்னைச் செதுக்குகிறேன்' புத்தகத்தைப் படித்து விட்டுச் சிலாகித்துக் கொண்டிருந்தேன். ஊரில் பத்து இருபது பேருக்காவது அந்தப் புத்தகத்தைப் படிக்கச் சொல்லி, கொடுத்திருக்கிறேன்.

பிளஸ் டூ படிக்கும் போது என்னுடைய ஆசிரியர் ராமலிங்கம், உலகத்தின் மிகச் சிறந்த பத்து நாவல்கள் என்று பட்டியலிட்டு சில புத்தகங்களை எங்களுக்கு அறிமுகம் செய்தார். அதில் மற்ற ஒன்பது நாவல்களின் பெயர் நினைவில்லை. 'தாய்' என்கிற நாவல் மட்டும் மனத்தில் பதிந்த ஒரு பெயராக இருந்தது.

என் அண்ணன் அரசுப் போக்குவரத்துத் தொழிற் சங்கத்தில் இருந்ததால் மார்க்சியம், கம்யூனிசம் சார்ந்து இன்றும் வந்துகொண்டிருக்கும் பத்திரிகைகளான தாமரை, செம்மலர் போன்றவற்றைச் சேர்த்து வைத்து, ஊருக்கு வரும்போது எனக்குக் கொண்டு வந்து கொடுப்பார். நானும் முழு வீச்சில் புத்தகங்களைப் படிக்கத் தொடங்கியிருந்த காலம் அது.

பள்ளிப் படிப்பு முடிந்து கல்லூரி வயது வந்தபோது நான் பொறியாளர் ஆக வேண்டும் என்று வீட்டில் விரும்பினார்கள். கணிதம் எடுத்துப் படித்தால் தான் பொறியாளர் ஆக முடியும் என்றார்கள். எனக்கோ சுட்டுப் போட்டாலும் கணக்கு வராது. ஆனால்

தமிழ் இலக்கியம் பிடித்திருந்தது. எனவே விரும்பி இளங்கலை தமிழ் இலக்கியம் படித்தேன்.

கல்லூரியில் எனக்குப் பல ஆச்சர்யங்கள் காத்திருந்தன. முதலாம் ஆண்டில் எங்கள் பேராசிரியர் அண்ணாதுரை, வகுப்பிற்கு வந்ததும் செய்த முதல் காரியம், எங்கள் புத்தகங்களை மூடி வைக்கச் சொன்னது தான். நாம் வாழ்க்கையைத் தான் படிக்கணும் என்றார்.

நான் படித்தது கிருஷ்ணகிரி கலைக் கல்லூரியில். அந்தப் பேராசிரியர் இருந்தது சென்னையில். வாராவாரம் வந்து பாடம் நடத்திவிட்டு, வெள்ளிக்கிழமை சென்னைக்குத் திரும்பிவிடுவார். திங்கள் அன்று மீண்டும் வருவார். அப்படி வரும்போது, வகுப்பில் உள்ள 25 மாணவர்களுக்கும் புத்தகங்களை வாங்கிக் கொண்டு வருவார். அவர் அப்படி முதல் முறை வாங்கித் தந்தது பாரதியார் கவிதைகள். அதுவரைக்கும் ஓடி விளையாடு பாப்பா போன்ற மனப்பாடப் பகுதி மட்டுமே அறிந்திருந்த எங்களுக்கு, அவர் காட்டிக் கொடுத்த பாரதி வேறு மாதிரியாகத் தெரிந்தார். அதோடு நில்லாமல் மாலை நேரங்களில் எங்களை அழைத்து உரையாடுவார். பல அறிவுபூர்வமான விஷயங்களை போதிப்பார்.

பத்தாவது படிக்கும் போதிருந்தே ஒரு விஷயத்தில் தெளிவாக இருந்தேன். என்ன ஆனாலும் எனக்கு அரசாங்க உத்யோகம் கிடைக்காது. அப்படியே கிடைத்தாலும் போகமாட்டேன் என்பது தான் அது. வீட்டிலும் இப்படித் தான் பேசிக்கொண்டிருந்தேன். அச்சமயம் நான் சுதந்திர மனநிலையில் இருந்தேன் என்று சொல்லலாம். இந்த 9-5 வேலைகள் என்னை ஒரு கட்டுக்குள் சிறைப்படுத்திவிடும் என்ற எண்ணத்தை அது என்னுள் ஏற்படுத்தியிருந்தது. அதை ஒட்டித்தான்

என் வாழ்கை பயணமும் போய்க்கொண்டிருந்தது. படிப்பது தவிர மெல்ல மெல்ல எழுதவும் முயற்சி செய்ய ஆரம்பித்திருந்தேன்.

அன்று நான் எழுதியது எல்லாம் டி. ராஜேந்திர் பாணியில் அடுக்குமொழி வசனங்களாகத்தான் இருக்கும். அதைக் கவிதை என்று நம்பி நண்பர்களிடம் காட்டுவேன். அவர்களும் பாராட்டுவார்கள்.

கவிதை எழுதியாயிற்று. அதை நண்பர்கள் கொண்டாடியும் விட்டார்கள். அடுத்தது என்ன... சினிமா ஆசை தான். கலையின் உச்சபட்ச சாத்தியம் சினிமாதான் என்று எண்ணியிருந்தேன்.

பள்ளிப் படிப்பு முடிக்கும்போதே சினிமா ஆர்வம் துளிர் விட ஆரம்பித்திருந்தது. வெறும் பள்ளிப் படிப்பை முடித்துச் செல்வதை விட, ஒரு பட்டத்துடன் சென்றால் நன்றாக இருக்கும் என்று நினைத்துத்தான் கல்லூரியே சேர்ந்தேன். அதிலும் தமிழ் இலக்கியம் என் சினிமாக் கனவிற்குப் பலம் சேர்க்கும் என்றும் நம்பினேன். டெக்னிக்கல் படிப்புகளுக்குப் போகாமல், கலைத் துறையைத் தேர்ந்தெடுத்தற்கு அதுவும் ஒரு முக்கியக் காரணம்.

கல்லூரியில் ஆங்கிலம் தவிர்த்து அனைத்துப் பாடங்களிலும் தேர்ச்சி பெற்றுவிட்டேன். ஆங்கிலத்தில் அரியரோடு சென்னைக்குக் கிளம்பி வந்தேன். அப்போது என்னுடைய கல்லூரி பேராசிரியர் அண்ணாதுரை, ப்ரெசிடென்சி கல்லூரிக்கு வந்துவிட்டிருந்தார். ஆனாலும் நங்கள் தொடர்பில்தான் இருந்தோம்.

அவரிடம் நான் வந்த விவரத்தைச் சொன்னேன். அவர் அனைத்தையும் கேட்டுவிட்டு, ‘அரியர்

எல்லாம் ஒரு பிரச்னையே இல்லை, பக்கத்தில் தான் பல்கலைக்கழகம் இருக்கிறது. அங்கு சென்று பதிவு செய்துகொண்டு விடுங்கள்' என்றார். அதேபோல, முதுகலைப் படிப்பிலும் சேரச்சொல்லி வலியுறுத்தினார்.

ஒரு அரியரோடு இருப்பதையே சந்தோசமாக நினைத்துக்கொண்டிருந்த நம்மை இவர் மேற்படிப்பு வேறு படிக்கச் சொல்கிறாரே என்று நினைத்தேன். சரி, அவர் பேச்சிற்கு மதிப்புக் கொடுக்கவேண்டும் என்று மெட்ராஸ் பல்கலைக்கழகத்தில் விண்ணப்பம் போடுவதற்குச் சென்ற போதுதான் தெரிந்தது, படிப்பில் சேருவதற்கான கடைசி நாள் முடிந்து இரண்டு தினங்கள் ஆகியிருந்தன என்பது. எனக்கு ஒரே மகிழ்ச்சி. அப்பாடா. நாம் படிக்க வேண்டியதில்லை என்று நினைத்துக்கொண்டேன்.

ஆசிரியர் அண்ணாதுரை இருந்த அதே ப்ரெசிடென்சி கல்லூரியில் தான் மு. மேத்தா இருந்தார். இருவரும் ஒரே அறை தான். அவர் தான் பாரதி படப் பாடல்களை எழுதி இருந்தார். அந்தப் படம் வெளியானதும் அதன் பாடல் வரிகளைக் குறித்துப் பேசினோம். ஒரு கவிதையை இப்படி எல்லாம் ரசிக்கலாம், விவாதிக்கலாம் என்று எனக்கு அப்போது தான் தெரிந்தது.

இப்படித் தான் சினிமாக்காரர்களுடன் எனக்கு அறிமுகமும் தொடர்பும் கிடைக்க ஆரம்பித்தது. திருவல்லிக்கேணியிலிருந்து கோடம்பாக்கத்திற்கு நகர்ந்தேன். சினிமாவிற்கும் நெருக்கமாகத்தான்.

திருவல்லிக்கேணியில் நிறைய பிளாட்பார புத்தகக்கடைகள் இருக்கும். அதில் ஒரு நாள் எதார்த்தமாகத் 'தாய்' நாவல் கண்ணில் பட்டது.

வாங்கி வந்து படிக்க ஆரம்பித்தேன். முதல் நூறு பக்கத்தைப் படிக்க இரண்டு வருடங்கள் ஆயின. ஒவ்வொரு முறையும் பாதியில் நிறுத்துவது, படிப்பது என்றிருந்தேன். அர்த்தம் புரிவதும் சிரமமாக இருந்தது. அப்படிப் பல தடைகளுக்குப்பின் ஒரு நாள் காலை தொடங்கி மறு நாள் மாலைக்குள் அதைப் படித்து முடித்தேன். அது ஒரு சாதனையை நிகழ்த்திய அனுபவத்தை எனக்குக் கொடுத்தது. அந்தப் புத்தகத்தைப் பற்றி என்னால் விவாதிக்க முடியாது. ஆனால் அது எனக்குக் கொடுத்த அனுபவம், அந்த ஓர் உணர்வு என்னால் மறக்க முடியாதது.

பள்ளியில் ஓர் ஆசிரியர் 'தாய்' என்று ஒரு வார்த்தையை விடுகிறார். அந்தப் புத்தகம் ஒரு பெரிய புரிதலைத் தருகிறது; என் வாழ்வை திசை மாற்றி விடுகிறது; புரட்டிப் போடுகிறது; பிறகு ஒரு நாள் அப்புத்தகத்தை எனது சொந்த பதிப்பகத்தில் வெளியிடுகிறேன் என்பது எல்லாம் என்னைப் பொறுத்தவரையில் ஆச்சர்யமான நிகழ்வு.

அதேபோல இன்னொரு சம்பவம் நினைவில் உள்ளது. எழுத்தாளர்கள் வாழும் போது அங்கீகரிக்கப் படுவதில்லை என்று ஒரு வாதம் இருக்கிறது. அதற்கு எதாவது செய்யவேண்டும் என்று நாங்கள் ஒரு குழுவாகக் கலந்தாலோசித்து, பிரபஞ்சனுக்குப் பத்து லட்சம் ருபாய் தொகையாகக் கொடுக்க வேண்டும் என்று ஏற்பாடுகளைச் செய்திருந்தோம். செய்தி பத்திரிகையில் வந்திருந்தது. அதில் என் பெயர், தொலைபேசி எண் இருந்தது. அதைப் பார்த்துவிட்டு எனக்கு வந்த முதல் அழைப்பு வைரமுத்துவிடமிருந்து தான்.

'மிகசிறந்த பணியை இத்தனை இளம் வயதில் செய்கிறீர்கள். இதில் என் பங்கு நிச்சயம்

இருக்கும். தைரியமாகச் செய்யுங்கள்' என்று உற்சாகப்படுத்தினார். சிறு வயதில் அவர் புத்தகத்தை நண்பர்களுக்குப் படிக்கக் கொடுப்பேன் என்று சொன்னேன் அல்லவா... இன்று என் பணியில் அவர் பங்கெடுப்பதாகச் சொன்னது வாழ்வின் சிறந்த தருணங்களில் ஒன்று.

நிறைய சிறுகதைகள் வாசித்தேன். பல எழுத்தாளர்களின் படைப்புலகில் நுழைந்து மீள்வது பேரனுபவமாக இருந்தது. படிக்கப் படிக்க என் எழுத்தும் செம்மைப்பட்டுக்கொண்டே வந்தது. மறுபுறம் சினிமா முயற்சிகள்.

என் முதல் திரைப்பட அனுபவம் 'ரன்' படத்தில் நிகழ்ந்தது. அதன், வசனகர்த்தா மோனா பழனிசாமி அறிமுகம் செய்ததன் மூலம், அந்தப் படத்தில் கிட்டத்தட்ட ஓர் உதவி இயக்குநர் போல வேலைகளைச் செய்தேன். அதன்பின் ஒருசில வாய்ப்புகளில் நுட்பங்கள் கற்றுக்கொண்டேன்.

இதில் ஒரு வினோதம் உண்டு. சினிமாவில் நுழைந்து, வாய்ப்புக் கிடைத்து இயக்குநரானால் நிறைய படங்கள் பண்ண வேண்டும், கோடீஸ்வரனாகிவிட வேண்டும் என்று நினைப்போம். ஆனால் நான் சினிமாவுக்குள் நுழைந்ததுமே 'எப்படியும் இயக்குநராகி, சம்பாதித்து, பெரிய அளவில் புத்தகக் கடை ஒன்று வைக்க வேண்டும்' என்றுதான் எண்ணிக்கொண்டேன்.

இது பலரும் இளமைப் பருவத்தில், நான் படித்துப் பெரியவனானதும் சமூக சேவை செய்வேன் என்று சொல்வது போலத்தான். ஆனால் எனக்கு அந்த வாய்ப்பு உண்மையில் கிடைத்தது. 2009 ஆண்டில் என் தம்பியும் கல்லூரிப் படிப்பை முடித்திருந்த காலம்.

ஓர் ஆறு மாதம் சினிமாவை தள்ளிவைத்துவிட்டு, தொழில் செய்து பார்க்கலாம் என்ற யோசனை வந்தது.

புத்தகக் கடை என்றாலே பத்துக்குப் பத்து அறை போதுமென்பது தான் அன்று இருந்த சூழ்நிலை. நான் 1000 சதுரடியில் ஓர் இடத்தைப் பார்த்தேன். நண்பர்களை அழைத்து வந்து காட்டியதற்கு, புத்தகம் விற்பதற்கு இவ்வளவு பெரிய இடமா என்று கேட்டார்கள். அது கேகே நகரில் உள்ள இடம். சினிமாக்காரர்கள் அதிகம் வந்து போவார்கள். இங்கு கடை இருப்பது தான் வசதி என்று முடிவு செய்திருந்தேன்.

பலரும் என்னிடம் கேட்ட கேள்வி, எதற்காகப் புத்தகத்தை நம்பி இத்தனை பெரிய தொகையை முதலீடு செய்திருக்கிறாய் என்பதுதான். நான் தளராமல் தைரியமாக ஆரம்பித்தேன். ஆனாலும் முதல் ஆறு மாதம் கொஞ்சம் கஷ்டமாகத் தான் இருந்தது.

கடை ஆரம்பித்த புதிது. ஒரு நான்கு நாட்கள்தான் இருக்கும். பத்திரிகையாளர் ஞாநி வந்தார். முதலில் ஒரு வி.ஐ.பி.யாக அவர்தான் வந்தார். கடையைச் சுற்றிப் பார்த்துவிட்டு, பாஸ்கர் சக்தியிடம் சென்று பேசிருக்கிறார். ‘வேடியப்பன்னு ஒருத்தன், சினிமால அசிஸ்டன்ட் டைரக்டரா இருந்திருக்கான். இப்போ பெருசா புத்தகக் கடை வெச்சிருக்கான். நெறய புத்தகங்களை அடுக்கிருக்கிறான். ஆனால் கூட்டமே இல்லை. என்ன செய்யப் போறான்னு தெரியல; எனக்குப் பயமா இருக்கு’ன்னு அக்கறையாகச் சொல்லிருக்கார். பிறகு பாஸ்கர் சக்தி கடைக்கு வந்தார்.

அப்படியே செய்தி பரவ ஆரம்பித்து மக்கள் வரத்தொடங்கினர். அப்போது வலைப்பதிவர்கள் நன்கு அறியப்பட்டிருந்த காலம். சிலர் இந்தக் கடையைப் பற்றி அவர்களின் வலைப் பக்கங்களில் எழுதியது, பெரும் அளவில் மக்கள் எங்களைப் பற்றி அறிந்து கொள்ள உதவியது. அதே போலப் புத்தகங்களைப் பற்றிய விமர்சனங்களை அவர்கள் எழுதும் போது, அது நன்றாக விற்றது.

இப்படி ஆறு மாத காலம் என்று ஆரம்பித்தது என் முழு நேரப் பணியாக மாறிப்போனது. இதை விட்டுச் செல்லாததற்கு இரண்டு முக்கியக் காரணங்கள் உண்டு. ஒன்று முதலீடு போட்டுத் தொழிலாக ஆரம்பித்ததைப் பாதியில் விட்டுச் செல்ல முடியாது. அதேபோல, எடுத்துக்கொண்ட தொழிலில் நாம் முழு அளவில் ஈடுபட்ட பிறகு அதிலிருந்து விலகி செல்ல முடியாது. அந்த அளவிற்குப் புத்தகங்களோடு ஆழமான உறவாக மாறிப்போயிருந்தது.

சென்ற ஆண்டு சென்னை புத்தகக் காட்சி சமயம், நிறுவனத்தின் இன்னொரு இயக்குநருடன் பேசிக்கொண்டிருந்தோம். புத்தக விற்பனையை மேம்படுத்த வேண்டும் என்று விவாதித்துக்கொண்டிருந்தப்போது, இப்போது இருக்கும் இடத்தை விடப் பெரிய இடத்திற்குச் சென்று அதிக அளவில் புத்தகங்களை வைக்கலாம் என்ற யோசனையைக் கூறினேன். இதை விடப் பெரிய இடமா என்று தான் அவர் கேட்டார்.

'பக்கத்திலேயே ஓர் இடம் இருக்கிறது, ஏற்கெனவே நாம் விசாரித்த இடம் தான். நான் கேட்டுப் பார்க்கிறேன்' என்று, நேராகக் கடைக்குக் கூடப் போகாமல், இடத்தைப் பார்க்கத்தான் சென்றேன்.

இரண்டாயிரத்துப் பதினைந்தாம் ஆண்டு (நாங்கள் இப்போது போயிருக்கும் இடத்தின்) தரைத்தளத்தைக் கேட்டுப்பார்த்தோம். தரைத்தளம், முதல் தளத்தைத் தனித்தனியாகத்தந்தால், இரண்டு நிறுவனங்களுக்கும் தகராறு வரும்போது நாங்கள் தான் தலையிட வேண்டும். எனவே முழு இடத்தையும் ஒருவருக்குத் தான் தருவதாக இருக்கிறோம் என்றார்கள்.

எண்ணங்கள்தான் செயலாகின்றன என்பது எப்போதும் நான் அனுபத்தில் உணரும் விஷயம். 2015ல் எண்ணியது 2022ல் நிறைவேறிருக்கிறது. இன்று இந்த முழு இடத்தையும் நாங்கள் எடுத்திருக்கிறோம். வளாகத்தில் ஒரு தேனீர்க் கடை, பழரசக் கடை, ஓவியக் கூடம், 70 பேர் அமரக்கூடிய சந்திப்பு அறை, நான்கு- ஐந்து கார்கள், ஐம்பது இரு சக்கர வாகனங்கள் நிறுத்துவதற்குப் பார்க்கிங் வசதி என்று என்று சகல அம்சங்களுடன் கூடிய புத்தக மையத்தை உருவாக்கிருக்கிறோம்.

கடை முழுமை பெறுவதற்கான பணிகளைச் செய்ய இரண்டரை மாதம் பிடித்தது. மே மாதம் இறுதியில் கையில் சாவி கிடைத்தது. ஒரு மாதத்தில் வேலைகளை முடித்து விடலாம் என்று தான் நினைத்தேன். ஆனால் ஒவ்வொரு வேலையாகச் செய்யச் செய்ய நாட்கள் போனதே தெரியவில்லை.

எப்படியென்றால், சாவி கையில் இருக்கிறது. தினமும் அங்கு செல்ல வேண்டியது. பூட்டைத் திறந்து உள்ளே நின்று கொண்டு இடத்தைப் பார்க்க வேண்டியது. முதல் பன்னிரண்டு நாட்கள் இப்படிதான் கழிந்தது. அப்படிப் பார்த்து பார்த்து செய்த ஏற்பாடுகள் தான் இன்று பலரும் விரும்பும் வண்ணம் அமைந்துள்ளது. நான் பதிப்பக வேலைகளைப் பார்த்துக் கொள்வேன்,

புத்தகக் கடை வேலைகளைத் தம்பி சஞ்சய் முழுவதுமாகப் பார்த்துக் கொள்கிறார்.

ஏரியில் ஆயிரம் மீன்கள் இருக்கின்றன என்று வைத்துக்கொள்வோம். தண்ணீர் வடிய வடிய, மீன்கள் நெருக்கமாக ஆரம்பிக்கும். அதேபோல இப்போது புத்தகக் கடைகள் குறைந்திருக்கின்றன. வாசகர்கள் பெருகவில்லை. ஆனால் பரப்புக் குறைந்திருக்கிறது. அதனால், நமக்கான தேவை இருகிறது என்பதை வைத்துத்தான் வந்தோம்.

புத்தகக் கடை என்பது, பணம் இருக்கும் யார் வேண்டுமானாலும் தொடங்கக் கூடிய தொழில் அல்ல. அது முழுக்க முழுக்க மக்கள் தொடர்பினால் ஏற்படுவது. நம்மைப் பார்த்து நண்பர்கள் வட்டாரத்தில் கிட்டத்தட்ட ஆறு பேர் கடை ஆரம்பித்திருக்கிறார்கள்.

இன்று எல்லோர் மனதிலும் வாசிப்பார்வம் குறைந்துவிட்டது, வாசிப்பவர்கள் குறைந்து விட்டார்கள் என்ற எண்ணம் இருக்கிறது. பிரச்னை இருக்கிறது என்பதையும், அதைச் சரி செய்பவர்களுக்கு உதவ வேண்டும் என்பதையும் புரிந்து கொண்டிருக்கிறார்கள்.

நேற்று கூட நண்பர் ஒருவர், நீங்கள் கடையை ஆரம்பித்து விட்டீர்கள், இனிமேல் நாங்கள் பார்த்துக்கொள்கிறோம் என்றார். சொன்னது மட்டுமில்லாமல், தான் நண்பர்களையும் அழைத்துக் கொண்டு வந்து புத்தகங்களை வாங்கினார். உண்மையில் மீன்களும் பெருகி வருகின்றன, வாசகர்களும் அதிகரித்திருக்கிறார்கள்.

வெற்றி என்பது உண்மையில் ஒன்றும் இல்லை. எதைச் செய்தாலும் வாழ்க்கையில் நிம்மதி தரும்

விதமாக அது அமைய வேண்டும். அல்லது அமைத்துக்கொள்ள வேண்டும். ஒரு நல்ல விஷயம் நடந்தால் காலரைத் தூக்கிவிட்டுக் கொள்வது போல, காரியங்கள் சரியாக நடைபெறாத போது, துவளாமல் அதை வெளிப்படையாக அணுகும் மனோபாவமும் வேண்டும். அனைத்திற்கும் மேலாக நல்ல நண்பர்களைச் சம்பாதித்துக் கொள்ளுங்கள். அதனினும் பெரிது வேறொன்றுமில்லை.'

பள்ளிக் கல்வி தரம் உயர என்ன வழி?

– டாக்டர் அலமேலு

SREC எனப்படும் ராமகிருஷ்ணா பொறியியல் கல்லூரி, ஆயிரத்துத் தொள்ளாயிரத்துத் தொண்ணூற்று நான்காமாண்டு தொடங்கப்பட்ட சுயாட்சிப் பொறியியல் கல்லூரி. பன்னிரண்டு இளங்கலை படிப்புகளையும் ஏழு முதுகலை படிப்புகளையும் கல்லூரி வழங்குகிறது.

2012 ஆம் ஆண்டு முதல், அக்கல்லூரியின் முதல்வராக இருக்கும் முனைவர் என்.ஆர்.அலமேலு தன்னுடைய முப்பதாண்டு கல்வித்துறை அனுபவத்தில் பத்தாண்டுகளுக்கும் மேல் டீன் ஆகவும் முதல்வராகவும் பணியாற்றி வருகிறார். அவர் தனது பணி அனுபவத்தை நம்மிடம் பகிர்ந்துகொள்கிறார்.

‘என் சொந்த ஊர் திருப்பூர். பிறந்த வருடம் ஆயிரத்துத் தொள்ளாயிரத்து அறுபது. அப்போது திருப்பூர் கோவை மாவட்டத்துடன் இருந்தது. என் தந்தை

அரசு வழக்கறிஞராக இருந்தார். நான் படித்தது தமிழ் வழிக் கல்வி. என் ஆசிரியர்களின் கற்றுக்கொடுக்கும் ஆர்வம் தான் என்னைப் படிக்கத் தூண்டியது. நிறையக் கற்றுக்கொள்ளவேண்டும், அப்படிக் கற்றுக்கொள்வதைத் தெளிவாகவும், திருத்தமாகவும் செயல்படுத்த வேண்டும் என்ற எண்ணம் எனக்கிருந்தது.

சிறுவயதிலிருந்தே கணிதம் எனக்குப் பிடித்தமான பாடம். நான் ஆயிரத்துத் தொள்ளாயிரத்து எழுபத்தைந்தில் எஸ்.எஸ்.எல்.சி தேர்வில் மாநிலத்தில் முதல் *15* மதிப்பெண்கள் பட்டியலில் இடம்பிடித்தேன். கோவை, நீலகிரி மண்டலத்தில் முதல் மாணவியாக வந்தேன். அப்போது கல்வி அமைச்சராக இருந்த நெடுஞ்செழியன் தலைமையில் திருப்பூர் ரோட்டரி கிளப்பில் நடந்த நிகழ்ச்சியில் பரிசு வாங்கியிருக்கிறேன்.

என் தாத்தா வீட்டில் தங்கிப் படித்துவந்தேன். அவர் குற்றவியல் வழக்கறிஞராக இருந்தார். வீட்டில் அவருடைய கேஸ் ஃபைல்களைப் பற்றி நாங்கள் இருவரும் உரையாடுவோம். அது இந்த உலகத்தைப் பற்றிய அறிவை எனக்குக் கொடுத்தது. எனக்குச் சிறு வயதிலிருந்தே இசை ஆர்வம் இருந்தது. வயலின் வாசிக்கக் கற்றுக்கொண்டேன். ஆல் இந்தியா ரேடியோவில் இசை நிகழ்ச்சி செய்திருக்கிறேன்.

என்னுடைய எஸ்.எஸ்.எல்.சி. தேர்வுகளில் அறிவியலில் நல்ல மதிப்பெண்கள் இருந்ததால், என்னை மருத்துவப்படிப்பில் சேர்க்க வேண்டும் என்று தந்தை விருப்பப்பட்டார். ஆனால், நான் சிறிது உணர்ச்சிவசப்படுபவள் என்ற எண்ணம் எனக்கு அப்போது இருந்தது. மருத்துவப்படிப்பை

எடுத்தால், அதைச் சரியாகக் கையாள முடியுமா என்று தெரியவில்லை. எனவே ப்ரீ யூனிவெர்சிடியில் கணிதப் பாடம் எடுத்தேன். அதிலும் நல்ல மதிப்பெண்களுடன் தேர்ச்சிபெற்றேன்.

அடுத்தது கல்லூரிப் படிப்பு என்று வந்த போது, நான் வணிகவியல் எடுத்துப் படித்தால், அதே துறையில் இருக்கும் கணவன் கிடைக்கும் போது, வேலையையையும் குடும்பத்தையும் சேர்த்துக் கவனித்துக் கொள்ளலாம் என்று தந்தை எண்ணினார். இப்போதும் என்னுடைய எண்ணம் வேறாக இருந்தது. இருப்பினும் தந்தையின் விருப்பம் போல, கிருஷ்ணம்மாள் கல்லூரியில் வணிகவியல் சேர்ந்தேன். ஆனால் அதில் ஈடுபாடு வரவில்லை. மூன்று மாதம் கூடத் தாக்குபிடிக்கமுடியவில்லை. உடனே பொறியியல் படிப்பிற்கு விண்ணப்பித்தேன்.

அப்போது சுயநிதிக் கல்லூரிகள் இருக்கவில்லை. அரசு மற்றும் அரசு உதவிபெறும் கல்லூரிகள் மட்டும்தான். தமிழகத்தில் மொத்தமாகவே 6 - 7 கல்லூரிகள் தான் இருந்தது. அப்போதெல்லாம் இன்ஜினியரிங் படிப்பில்சேர வேண்டுமென்றால், நேர்முகத்தேர்வு இருக்கும்.

அதில் பி.எஸ்.ஜி.டெக் கல்லூரி முதல்வர், கவர்மெண்ட் காலேஜ் ஆஃப் டெக்னாலஜி கல்லூரி முதல்வர், ஆர்.ஈ.சி. திருச்சி முதல்வர் போன்றவர்கள் தான் கேள்வியாளர்களாக இருப்பார்கள். அன்றைய காலகட்டத்தில் மிகக் குறைந்த இடங்களே இருந்ததால், இந்த நேர்முகத்தேர்வுகள் முக்கியமாகக் கருதப்பட்டன.

நான் பி.எஸ்.ஜி, ஜி.சி.டி.யை விருப்பக் கல்லூரிகளாக அளித்திருதேன். அன்றையத் தேதியில் பி.எஸ்.ஜி.

கல்லூரியில் பெண்களைச் சேர்த்துக் கொள்ளவில்லை. ஜி.சி.டி.யில் மட்டுமே பெண்களுக்கு இடம் கிடைத்தது. நேர்முகத் தேர்வு முடிவுகளைச் செய்தித்தாளில் தான் போடுவார்கள்.

நான் கிருஷ்ணம்மாள் கல்லூரியில் இருந்த நேரம் முடிவுகள் வெளியாகிருப்பதாகச் சொன்னார்கள். நான் ஆவலுடன் நேராக நூலகத்திற்குச் சென்று செய்தித்தாளை பார்த்தேன். எனக்குப் பி.எஸ்.ஜி.யில் இடம் கிடைத்திருந்தது.

பி.எஸ்சி படிப்பு என்றால் மூன்று வருடத்தில் முடிந்து விடும். இது ஐந்து வருடப் படிப்பாயிற்றே, வீட்டில் என்ன செல்வார்களோ என்று என் தந்தை சிறிது தயங்கினார், ஆனால் என் தாத்தா, அவ என்ன படிக்கணும்னு விருப்பப்படறாளோ அதப் படிக்கட்டும் விடுடா என்று சொன்னார்.

நம் பெண்ணை ஐந்தாண்டு பொறியியல் படிப்பைப் படிக்க வைக்கலாம் என்று அந்தக் காலத்திலேயே யோசித்து எனக்குத் துணையாக என் குடும்பம் இருந்தது. *1976*ல் பி.எஸ்.ஜி.யில் எலக்ட்ரானிக்ஸ் அண்ட் கம்யூனிகேஷன் பிரிவில் ஆறு பெண்கள் சேர்ந்தார்கள். அதுதான் பெண்கள் சேர்க்கப்பட்ட முதல் பேட்ச்.

அப்போது பொறியியல் படிப்பில் முதல் இரண்டு வருடங்கள் பொதுப் பிரிவு தான். அனைவருக்கும் ஒரே பாடத்திட்டம் தான். அந்த இரண்டு வருட மதிப்பெண்களின் அடிப்படையில் மெரிட்டில் தான் அவரவருக்குப் பாடப்பிரிவு கிடைக்கும்.

அப்போது முதல்வராக இருந்த சுப்பையன், இது பெண்கள் பயிலும் முதல் பேட்ச் ஆக இருப்பதால்,

உங்கள் ஆறு பேருக்கும் ஒரே பாடம் தான் கொடுப்போம் என்றார். அப்படி எங்களுக்குக் கிடைத்தது தான் எலக்ட்ரானிக்ஸ் அண்ட் கம்யூனிகேஷன் பிரிவு.

படிப்பு முடிந்ததும், வேலைக்குச் செல்வதா இல்லை மேற்படிப்பைத் தொடர்வதா என்று முடிவெடுக்க வேண்டிய சூழ்நிலையில், நான் மேற்படிப்பை தொடர விரும்பினேன். இதற்கும் வீட்டினர் ஒத்துழைப்பு கொடுத்தார்கள்.

1983 ஆண்டு ஜி.சி.டி.யில் என்னுடைய முதுகலைப் படிப்பை முடித்து டிஸ்டிங்ஷனில் தேர்ச்சி பெற்றேன். படிப்பை முடித்ததும். பெங்களூரில் ஒரு மோட்டார் தயாரிக்கும் கம்பெனியில் சிஸ்டம்ஸ் அனலிஸ்ட் ஆக வேலைக்குச் சேர்ந்தேன். எனக்கு ஆசிரியர் பணியிலெல்லாம் அப்போது ஆர்வம் இருக்கவில்லை.

என் கணவர், பி.எஸ்.ஜி.யில் என்னுடைய சீனியர். மிருதங்கம் வாசிப்பதில் ஆர்வம் கொண்டவர். திருமணத்திற்குப்பின் நான் பெங்களூர் வேலையை விட்டுவிட்டு கோவைக்கு வரவேண்டியதாக இருந்தது. கோவையில் பெண் பொறியாளர்களுக்கு அவ்வளவாக வேலை வாய்ப்புகள் இருக்கவில்லை. அந்நிலையில்தான் பி.எஸ்.ஜி கல்லூரியில் விரிவுரையாளராக ஆயிரத்துத் தொள்ளாயிரத்து எண்பத்தைந்தில் பணியில் சேர்ந்தேன். அங்கிருந்து படிப்படியாக வளர்ச்சி பெற்றேன்.

ஆசிரியர் பணியில் சேர்ந்த பின்தான் நம்மால் இந்தப் பணியைச் சிறப்பாகச் செய்யமுடிகிறது என்பதை உணர்ந்தேன்.

இதற்கிடையில், என் கணவர் தொழில் தொடங்கி நடத்திவந்தார். சென்னையிலும் தொழிலை விரிவுபடுத்தினார். ஒரு சந்தர்ப்பத்தில், என்னுடைய பி.எஸ்.ஜி. கல்லூரிப் பணியை விட்டுவிட முடிவுசெய்தேன். அது அரசின் பென்ஷன் வரக்கூடிய பணி. இருப்பினும், தைரியமாக அந்த முடிவை எடுத்தேன். பதிமூன்று ஆண்டுகள் சென்னையில் பல்வேறு கல்வி நிறுவனங்களில் பேராசிரியராகப் பணியாற்றினேன். பின்னர், 2012ஆம் ஆண்டு ராமகிருஷ்ணா பொறியியல் கல்லூரியில் முதல்வராக இணைந்தேன்.

என்னுடைய ஆசிரியர் அம்ரிதம் ஒருமுறை என்னுடைய புத்தகத்தில் 'நீ எஸ்எஸ்எல்சியுடன் திருப்தியடையப் போகிறாயா?' என்று எழுதியிருந்தார். அது தான் என்னைச் சிந்திக்கத் தூண்டியது. என் தன்னம்பிக்கையை, திறமைகளை வளர்த்துக்கொள்ள ஆரம்பித்தேன். தமிழ்க் கல்வி வழி வந்ததால், எனக்கு இருந்த தயக்கங்களை எல்லாம் நீக்கி, சிறந்த ஆளுமையாக என்னைத் தகுதிப்படுத்திக் கொண்டேன். திட்டங்களைக் காரியவெற்றியாக மாற்றினேன்.

ஆரம்பத்தில் இது சற்றுச் சவாலாக இருந்தாலும், எனது அனுபவத்தைக் கொண்டு இவற்றைச் சாத்தியப்படுத்தமுடிந்தது. அது இன்று சிறந்த பொறியியல் கல்லூரி முதல்வருக்கான தேசிய விருது, வாழ்நாள் சாதனையாளர் விருது போன்ற பல விருதுகளைப் பெற்றுத் தந்துள்ளது.

அந்தக் காலத்தில் 'நான் பொறுப்பு' என்கிற ஒரு விஷயம் இருந்தது. இப்போது எல்லாவற்றுக்கும் ‘இன்னொருவர் பொறுப்பு’ என்பது தான் பலரின்

மனநிலையாக இருக்கிறது. நம்மைப் படிக்க வைப்பது அப்பா அம்மாவின் கடமை, சிறந்த பள்ளி, கல்லூரிகளில் இடம் வாங்கித்தர வேண்டும் என்று நினைக்கின்றனர்.

தான் படிக்கவேண்டும், வேலை தேடிக்கொள்ள வேண்டும் என்ற கோணத்தில் பல மாணவர்கள் யோசிப்பதேயில்லை. நான் அதைத் தான் அவர்களுக்குச் சொல்கிறேன். அதேபோல இன்றைய காலகட்டத்தில் இருக்கும் கவனச்சிதறல்களிலிருந்து தங்களைப் பாதுகாத்துக்கொள்ளும் வழிமுறைகளை அவர்கள் அறிந்து கொள்ள வேண்டும்.

பள்ளியிலிருந்து கல்லூரிக்கு வரும் போது, மாணவர்களை அப்புதிய சூழ்நிலைகளுக்கு நாங்கள் தயார்படுத்துகிறோம். சமூகம் சார்ந்தும் அக்கறை செலுத்த வைக்கிறோம். லிவ் இன் லேப் என்னும் திட்டம், மாணவர்கள் பதினைந்து தினங்கள் ஓரிடத்தில் வாழ்ந்து, அங்கிருக்கும் மக்கள் படும் கஷ்டங்களைக் கண்டறிந்து, அதற்கான தீர்வை அவர்களே உருவாக்கவேண்டும். பொறியியல் படிப்பு என்பது வெறுமனே படித்துவிட்டு, வேலை வாங்கிக்கொண்டு போகிற வகையில் அமையாமல், சமூகத்தில் உள்ளவர்களுக்கு எந்த விதத்தில் உதவ முடிகிறது என்பதைக் கண்டடையும் விதமாக இருக்க வேண்டும்.

மாணவர்கள் தங்களின் துறைகளில் முன்னிலை பெற, புதுமைகளைக் கொண்டுவருதல் அவசியம். அதற்கு மாணவர்கள் தொடர்ந்து நிறைய நுட்பங்களைக் கற்றுக்கொண்டே இருக்க வேண்டும். இதற்காகப் பல ஏற்பாடுகளைச் செய்துள்ளோம். இந்த இன்னோவேஷன் சென்டருக்கு முன்னாள்

மாணவர்களின் பங்கீடும் பெரும் அளவில் உள்ளன. சென்னை, பெங்களூரு தவிர சில ஐரோப்பிய நாடுகளிலும் இதற்கான மையங்கள் உள்ளன.

அடுத்தது பெற்றோர் - மாணவர் - ஆசியர்கள் தொடர்பு. பெற்றோர் தங்கள் பிள்ளைகளின் தேர்வு அட்டவணைகள், கல்லூரி நடப்பு, நடவடிக்கை பற்றிய விஷயங்களைத் தெரிந்து கொள்ளத் தனியாக ஒரு செயலி உள்ளது. அதேபோல மூன்றாம் ஆண்டுத் தொடக்கத்தில், ஆசிரியர்- பெற்றோர் சந்திப்பு ஏற்பாடு செய்யப்பட்டு, ஒவ்வொரு மாணவனின் எதிர்காலம் குறித்தும், படிப்பு முடிந்து வேலை அல்லது மேற்படிப்பை எப்படித் தொடர போகிறார்கள் என்பது குறித்து விரிவாக ஆலோசனைகள் வழங்கப்படும்.

இது அந்த அந்த மாணவர்கள் தங்களின் அடுத்த கட்டத்தைப் பற்றிச் சரியான முடிவை எடுக்க வழிகாட்டும் விதமாக அமையும். அப்படி அவர்களின் விருப்பத்திற்கேற்ப அடுத்தக் கட்ட பயிற்சிகள் அவர்களுக்கு வழங்கப்படும். பொதுவாகப் பெற்றோருக்கு சில குழப்பங்கள் இருக்கும். தன்னுடன் இருப்பவர்கள் இதைச் செய்கிறார்கள், நாமும் அதையே செய்வோம் என்ற ரீதியில் தான் பிள்ளைகள் சார்ந்து அவர்கள் எடுக்கும் முடிவுகள் இருக்கும். அவர்களை அழைத்து நாங்கள் தேவையான ஆலோசனைகளை வழங்குகிறோம்.

நுழைவு தேர்வுகளைக் குறித்துப் பேச வேண்டுமானால், நுழைவுத் தேர்வுகள் நடத்துவதில் எந்த மாற்றுக்கருத்தும் இல்லை. ஆனால் அதனுடன் பிளஸ் டூ மதிப்பெண்களும் கருத்தில் எடுத்துக் கொள்ளப்பட வேண்டும். அது 60 - 40 அல்லது 70

- *30 சதவீதத்தில் இருந்தால் கூடப் பரவாயில்லை. ஆனால், நிச்சயம் அதன் பங்கு இருக்கவேண்டும். இல்லையென்றால் ஒரு பக்கம் கோச்சிங் மையங்கள் செழித்துக் கொண்டே போகும். அதேபோலப் பள்ளிக் கல்வியின் தரம் என்றுமே உயராது. பள்ளிப் பொதுத்தேர்வுகள் முக்கியத்துவத்தை இழக்கத் துவங்கிவிடும். இது நம் பாடத் திட்டம் பயனில்லாதது என்பதை நாமே ஒப்புக்கொள்வதைப் போன்றதாகிவிடும். எனவே பொதுத்தேர்வு மதிப்பெண்களையும் கணக்கில் கொள்ளும் நுழைவுத்தேர்வுகள் நிச்சயம் நல்ல விஷயம் தான் என்பது என்னுடைய கருத்து.'*

இங்கே ரகசியங்கள் ஏதுமில்லை

— டாக்டர் சரவணகுமார்

தமிழ் இணையம் நன்கு அறிந்த பாரம்பரிய மருத்துவர் சரவணக்குமார். டாக்டர் சரவ் என்றால் உடனே தெரியும். ஆயிரத்துத் தொள்ளாயிரத்து எழுபதாம் ஆண்டு அவரது தந்தையால் தேனியில் தொடங்கப்பட்ட தன்வந்திரி வைத்தியசாலை இன்று சென்னை, திருவண்ணாமலை, மதுரை நகரங்களில் செயல்பட்டு வருகிறது. கடந்த இருபது ஆண்டுகளாக இந்த மருத்துவமனையை நடத்தி வரும் டாக்டர் சரவணகுமார் தமது அனுபவங்களை நம்மிடம் பகிர்ந்துகொள்கிறார்:

'என் தந்தை முருகேசன் ஒரு சித்த மருத்துவர். கிட்டத்தட்ட ஐம்பது ஆண்டுக் காலமாகத் தேனியில் இருக்கிறோம். அப்பா காலத்தில் எங்கள் இடம் ஒரு கிராமம் தான். அப்போது ஊரில் இருந்த நான்கைந்து மருத்துவர்களில் அவரும் ஒருவர்.

பள்ளிக் காலத்திலிருந்தே அப்பாவிற்கு உதவி செய்து வந்ததால் மருத்துவம் சார்ந்து தான் என்னுடைய ஆர்வமும் இருந்தது. தாத்தா- அப்பாவின் காலம் வரையிலும் பாரம்பரிய மருத்துவம் என்பது அங்கீகரிக்கப்பட்ட படிப்பாக இருக்கவில்லை. குடும்ப அனுபவங்களைக் கொண்டு வைத்தியம் பார்த்துவந்தனர்.

ஆயிரத்துத் தொள்ளாயிரத்து எழுபதுகளில் தான் அரசால் இந்த மருத்துவ முறைகள் ஒழுங்குபடுத்தப்பட்டு ஐந்தரை வருடப் படிப்பாகப் பதிவு செய்யப்பட்டது. நானும் பள்ளிப் படிப்பு முடிந்ததும், முறையாகப் படித்து இந்தத் துறைக்குள் வருவதுதான் பொருத்தமாக இருக்கும் என்று, கல்லூரிப் படிப்பை எடுத்தேன். அப்போது தமிழ்நாட்டில் மூன்று கல்லூரிகள்தான் இருந்தன. இன்று 17 கல்லூரிகள் இருக்கின்றன.

மருத்துவக்கல்லூரிகளைப் பொறுத்தவரையில் பாடத் திட்டங்கள் நன்றாக இருக்கின்றன. ஆனால் உடற்கூறியல், உடலியல் என்று படித்ததை உபயோகப்படுத்திப் பார்க்கும் வாய்ப்புகள் மிகக் குறைவாகவே இருக்கும்/ கிடைக்கும்.

இதுவே அலோபதி மருத்துவ மாணவர்கள் இறுதியாண்டில் ஜிஹெச் போன்ற இடங்களில் நல்ல வேலை அனுபவத்தைப் பெற முடியும். ஒரு வருடப் பயிற்சியில் குறைந்தது ஐயாயிரம், பத்தாயிரம் பேரையாவது பார்க்க முடியும். சித்தா, ஆயுர்வேதா போன்ற பாரம்பரியப் படிப்புகளில் அது சாத்தியம் இல்லை.

இந்தக் கல்லூரியில் ஐம்பது பேர் படிக்கிறோம் என்றால் அனைவருக்கும் நோயாளிகள் வருவார்களா

என்பதே கேள்விக்குரியதுதான். அதனால் மாற்று மருத்துவத்துறை மாணவர்களுக்குக் கல்லூரி நாட்களில் மருத்துவ ஆலோசனை அனுபவம் கிடைப்பது என்பது சவாலானதுதான்.

என்னுடைய விஷயத்தில், அப்பாவுடன் இருந்ததால் எனக்கு ஓரளவுக்கு நோயாளிகளுடன் பழகும் வாய்ப்புக் கிடைத்தது. கல்லூரியில் இருக்கும் போதே தெரிந்தவர்களுக்கு மருந்துகள் கொடுத்து அது எப்படி வேலை செய்கிறது, அவர்கள் எப்படிப் பயன்பெறுகிறார்கள் என்று தெரிந்து கொள்வோம்.

மூட்டு வலி, கிட்னி கல் போன்ற பிரச்சனைகளுக்குப் பொதுவாக மக்கள் எங்களிடம் வருவார்கள். நாம் கொடுக்கும் மருந்து வேலை செய்து அவர்கள் குணம் பெற்றுவிட்டால் கிடைக்கும் நல்ல பெயர், அதேபோல நாம் கொடுக்கும் மருந்துகளை நம்பிக்கையுடன் அவர்கள் எடுத்துக்கொள்வது போன்ற அனுபவங்கள் முக்கியமானவை.

தன்வந்திரி வைத்தியசாலையில் இப்போது நாங்கள் இரண்டு வகையான மையங்களை வைத்துள்ளோம். ஒன்று வரும் முன் காப்போம் வகை. இதில் வாழ்வியல் முறைகளால் வரும் நோய்களில் இருந்து மக்களைப் பாதுகாப்பது. யோகா, உணவு முறை, தியானம் போன்றவைகளைச் சொல்லிக் கொடுப்பது. இன்னொன்று வியாதி வந்தபின் சிகிச்சை அளிப்பது. செயல்படாமல் இருப்பவர்களைக் குணப்படுத்துவது. மூட்டுவலி பக்கவாதம் போன்று பல்வேறு சிகிச்சைகளுக்கான மையம்.

நான் இந்தத்துறைக்கு வந்ததில் இருந்து பலதரப்பட்ட மக்களைப் பார்த்து வருகிறேன். இதில் நான் தெரிந்துகொண்டது, கடந்த பத்து வருடத்தில் பலரும்,

நோய் வரக்கூடாது என்பதில் கவனமாக இருப்பது. இது இப்போது ஒரு பெரிய துறை.

நான் வைத்தியமுறைப் பயணமாகக் கேரளா செல்வது வழக்கம். அங்கே வர்கலா என்ற இடத்தில் கடற்கரையோரம் வெளிநாட்டவர்கள் பலர் உடற்பயிற்சி செய்வது, தியானம், யோகா என்று நம் வாழ்க்கை முறையைப் பின்பற்றிக்கொண்டிருப்பதைக் காண்பேன். நம்மவர்களுக்கும் இத்தகைய வாய்ப்பை ஏற்படுத்திக் கொடுத்தால் அவர்களும் பயன்பெறுவார்கள். அதை நாம் செய்ய வேண்டும் என்ற யோசனையில் செய்யப்பட்டது தான் இந்த ஏற்பாடு.

இப்போது தேனி, சென்னையில் தலா இரண்டு கிளைகள் திருவண்ணாமலை, மதுரையில் ஒரு கிளை என்று செயல்பட்டுக் கொண்டிருக்கிறோம்.'

நம் பாரம்பரிய மருத்துவத்தை மக்களிடம் இருந்து விலக்கி வைத்து ஆங்கில மருத்துவம் ஆதிக்கம் செலுத்தப் பார்க்கிறதா என்று கேட்டதற்கு சரவணகுமார் கூறியது:

'ஆங்கில மருத்துவம் என்ற பெயரே முதலில் தவறானது. ஆங்கிலேயர் என்பது பிரிட்டிஷ் மக்களைக் குறிக்கப் பயன்படுத்தப்படும் பெயர். ஆனால் மருத்துவத்தின் தந்தை என அழைக்கப்படும் ஹிப்போகிரேட்ஸ் ஒரு கிரேக்கர்.

அவர் இரண்டாயிரத்தைந்நூறு ஆண்டுகளுக்கு முன்பு இருந்தவர். அதற்கும் முந்தைய காலகட்டத்திலேயே கிரேக்கம், எகிப்து மக்கள் மருத்துவமுறைகளைக் கையாண்டு வந்திருக்கிறார்கள். ஆங்கில மருத்துவம் என்று இன்று அழைக்கப்படும் மருத்துவமுறையில்

இயற்கைக்கு மாறாகச் செயல்படுகிறார்கள் என்பது அர்த்தம் இல்லை. அவர்கள் ஒழுங்குபடுத்தப்பட்ட ஒரு நடைமுறையைக் கையாளுகிறார்கள்.

சித்த, ஆயுர்வேத முறைகளில் கூட ஆயிரத்தைந்நூறு வருடங்கள் பழமையான சுவடிகள், செய்முறைகள் உள்ளன. சரகர் ஒரு மருத்துவர் எப்படி இருக்க வேண்டும் என்பதை எழுதியுள்ளார். அறுவைச் சிகிச்சைச் செய்முறைகளைச் சுஷ்ருதர் விளக்கி யுள்ளார். அவர் அறுவைச் சிகிச்சையின் தந்தை.

நம் நாட்டை ஆளவந்த ஆங்கிலேயர்கள், இந்த வழிமுறைகளை எல்லாம் கருத்தில் எடுத்துக் கொண்டார்கள். இது மட்டுமில்லாமல் இலத்தீன், கிரேக்க மொழிகளில் எழுதப்பட்ட புராதனமான மருத்துவ நூல்களில் சொல்லப்பட்டிருக்கும் பல முக்கியமான வழிமுறைகளையும் கையாள ஆரம்பித்தார்கள். பாரம்பரியமான முறை மேலும் மேம்படுத்தப்படும் போது நவீன மருத்துவமாகிறது.

சற்று விவரமாகச் சொல்லவேண்டும் என்றால் அறுவைச் சிகிச்சை என்பது பாரம்பரிய நடைமுறையென்றால் அதில் கிருமித்தொற்று ஏற்படாமல் தடுக்க ஸ்பிரிட் (கிருமிநாசினி) உபயோகப்படுத்த வேண்டும் என்பது நவீன முறை. இப்படி எல்லாவற்றையும் நவீனப்படுத்துவது தான் நோக்கம்.

கிருமிகள் கண்டுபிடிக்கப்படாத காலத்தில் காற்றில் நோய்கள் பரவுகின்றன என்று நம்பப்பட்டது. நெடுங்காலமாக மைஸ்மாட்டிக் தியரி என்று பேசி வந்தார்கள். லூயிஸ் பாஸ்ச்சர் என்பவர்தான் அப்படி எந்த மாயமும் இல்லை. கிருமிகள்தான் நோய்களுக்கான காரணி என்று கண்டுபிடித்துச்

சொன்னார். இது சென்ற நூற்றாண்டின் தொடக்கத்தில் நடக்கிறது. அதன் பிறகு அலெக்சாண்டர் பிளமிங் வருகிறார். அவர் அந்தக் கிருமிகளைக் கொல்வதற்கான மருந்துகளைக் கண்டுபிடிக்கிறார். நவீன மருத்துவம் அதையும் சேர்த்துக்கொள்கிறது.

இப்படிக் காலத்தின் வளர்ச்சியை ஒட்டி மேம்பட்டுக்கொண்டு வருவது தான் நவீன மருத்துவம். ஆனால், இவர்கள் பாரம்பரிய மருத்துவத்தை இருட்டடிப்புச் செய்கிறார்கள் என்னும் கூற்றை என்னால் ஏற்றுக்கொள்ள முடியவில்லை.

இதற்கு முதலில் ஏன் நவீன மருத்துவம் வேகமாக வளர்ந்து வருகிறது என்பதை நாம் புரிந்துகொள்ள வேண்டும். பிளெமிங் என்பவர் பென்சிலின் கண்டிபிடிக்கிறார். அந்தப் பென்சிலின் எனப்படும் காளான்தான் கிருமிகளைக் கொல்கிறது என்று தெரிந்து கொள்கிறார்.

உலகப் போர் நடந்து கொண்டிருந்த சமயம் லட்சக்கணக்கானவர்களுக்கு அது தேவைப்பட்டது. ஆனால் கொடுக்க முடியவில்லை. ஏனென்றால் அதைப் பெரிய அளவில் உற்பத்தி செய்ய முடியவில்லை. பலரும் அதனால் மடிந்தார்கள். அப்போது செயற்கையாக அவற்றை உற்பத்தி செய்யவேண்டிய தேவை வந்தது. ஏனெனில் இயற்கையாக இவை வளர்ந்து வருவதற்கான சாத்தியக்கூறுகள் இல்லை. அதுவும் லட்சக்கணவர்களுக்கு அதன் தேவை இருக்கும்போது.

இப்போது கோவிட் வைரஸ் தாக்கத்தைக் கட்டுப்படுத்த கோடிக்கணக்கானவர்களுக்கு மருந்து வேண்டும் என்ற நிலை போலத் தான்.

இயற்கையான முறையில் இதைச் செய்ய முடியாது. சீதோஷ்ண நிலையும் ஒத்துவராது. மருந்துகள் புதிய வெப்பநிலையில் வேலைசெய்யாது. இந்தச் சந்தர்ப்பத்தில்தான் செயற்கையாக இந்த மருந்துகளைப் பெரும் அளவில் தயாரித்து அவற்றை மக்கள் பயன்பாட்டிற்குக் கொண்டுவந்தார்கள்.

மேலும் இப்படித் தயாரிக்கப்படும் மருந்துகளைக் கப்பலில் விமானத்தில் என்று எதில் வைத்து வேண்டுமானாலும் பல நாடுகளுக்கும் கொண்டு செல்லலாம். இந்த விஷயத்தில்தான் பாரம்பரிய முறையில் சில சிக்கல்கள், சவால்கள் இருக்கிறது. சித்த ஆயுர்வேத மருத்துவமுறையில் மருந்துகளின் வடிவாக்கமே கடினமானது. சிலவற்றைத் தயாரிப்பதற்கே நாட்கணக்கில், மாதக்கணக்கில் பிடிக்கும்.

சில சமயம் அரிதான மூலிகைகளுக்குத் தட்டுப்பாடு இருக்கும். தேடிப் பிடிக்க வேண்டியது இருக்கும். அப்படி சேகரித்துச் செய்யப்படும் மருந்துகளின் செய்முறைகளில் சிறிது மாறினாலும் பக்குவம் தவறினாலும் மருந்து வேலை செய்யாது அல்லது வீரியம் குறைந்து விடும். இத்தகைய தடைகளை எல்லாம் நவீன மருத்துவமுறை உடைத்துக்கொண்டு போவதால் அது மக்களின் மத்தியில் வரவேற்பைப் பெற்றிருக்கிறது.

ஆங்கில மருத்துவம் என்பது எப்படித் தவறான பெயரோ, அதேபோலத் தான் மாற்று மருத்துவ முறை என்ற பெயரும் ஏற்புடையதல்ல. ஹோலிஸ்டிக் மருத்துவம் என்பது தான் பொருத்தமான பெயர். ஏனென்றால் இந்தப் பாரம்பரிய முறைகள் ஒரு நோயினை நம்பிக்கை சார்ந்து முழுமையாக

அணுகும். நவீன மருத்துவத்தில் மனம் மற்றும் உடலுக்கு முக்கியத்துவம் கொடுப்பார்கள். உயிர்ச் சக்தி என்ற ஒன்றை அவர்கள் நம்புவதில்லை. அறிவியல் பூர்வ நிரூபணங்கள் இல்லை என்பார்கள்.

ஆனால் ஹோலிஸ்டிக் முறையில் உயிர்ச் சக்தி, மனது, உடம்பு என்று மூன்று பார்வையில் அணுகுவார்கள். உயிர்ச் சக்தியின் தன்மையை வைத்து இவர்கள் வாத சக்தி அதிகம் உள்ளவர்கள், பித்தம் அதிகம் இருப்பவர்கள், சிலோத்தும தன்மை உடையவர்கள் என்று வகைப்படுத்துவார்கள். அவசர உதவிக்கு, உடனடித் தீர்வுக்கு நவீன மருத்துவமுறையின் உதவியை நாம் எடுத்துக்கொள்ளவேண்டும். அதை நிராகரிக்கக் கூடாது. அப்படிச்செய்தால் நஷ்டம் நமக்குத் தான்.

மருத்துவ ரீதியாக ஸ்கேன் என்பது அத்தியாவசியம். இதை ஒரு மருத்துவரின் பார்வையில் இருந்து சொல்ல வேண்டுமென்றால் நூறு வருடங்களுக்கு முன்பு கால் முறிவு ஏற்பட்டு, ஒரு நோயாளி வருகிறார் என்று வைத்துக் கொள்வோம். அவ்வளவு பின்னோக்கி கூடச் செல்லவேண்டாம்... இன்றும் கூடக் கிராமப்புறங்களில் இந்தமுறை இருக்கிறது. பாதிப்படைந்த அவரின் காலில் வலி இருக்கும் இடத்தை அழுத்தி பார்த்துவிட்டு இழுத்து வைத்து குத்துமதிப்பாகக் கட்டுப் போட்டுவிடுவார்கள்.

எலும்பு முறிவில் இரண்டு வகை இருக்கிறது, எலும்பில் ஏற்படும் முறிவு 'ஜாயிண்ட்' எனப்படும் மூட்டில் ஏற்படும் முறிவு. இந்த ஜாய்ண்ட்டுகளில் ஏற்படும் முறிவுகளுக்கு மாற்றிக் கட்டுபோட்டுவிட்டால் அவ்வளவுதான். வாழ்நாள் முழுவதும் ஊனமாக இருக்க நேரிடும். எலும்புகள்

தவறாகக் கூடினால் பின்னர் அது சரியாகும் வாய்ப்பே இருக்காது.

எலும்பில் ஏற்படும் முறிவு என்பது எப்படிக் கட்டுப்போட்டாலும், சிலசமயங்களில் கட்டே போடவில்லையென்றாலும் கூடச் சரியாகி விடும். வனங்களில் இருக்கும் குரங்குகள் மரங்களில் குதித்துத் தாவும் போது அடிபடும். சில நாட்கள் கால் ஊன்றி நடக்கும். பின்னர் அதுவே சரியாகிவிடும். பல விலங்குகளின் இயல்பு அதுதான். இதன் மூலம் நான் சொல்ல விரும்புவது என்னவென்றால் நோயாளிகளின் பிரச்சனைகளின் தன்மையை அறிந்து அதற்கேற்ப சோதனைகளை அறிவுறுத்தி, சிகிச்சையை அளித்துக் குணப்படுத்தும் கடமை மருத்துவருக்கு உள்ளது.

பாரம்பரிய மருத்துவத்தில் தான் போலிகள் நிறைந்திருக்கிறார்கள். குடும்ப ரகசியம் என்று மருந்துகளை விற்பதெல்லாம் வியாபார நோக்கம் கொண்டு செய்யப்படுவது தான். இன்றையத் தேதியில் இந்த மருத்துவமுறையில் ரகசியம் என்று எதுவுமில்லை. கண்டுபிடிப்புகள், நூல்கள் அனைத்தையும் நாம் திரட்டி ஒழுங்குபடுத்தி வைத்திருக்கிறோம். அதை முறைப்படி பயின்று பட்டம்பெற்ற மருத்துவர்கள் இருக்கிறார்கள். அவர்களை நாடிச் செல்வது சிறந்தது.

அதேபோலக் கவலை தரும் மற்றொரு விஷயம். அரைகுறை அறிவைக் கொண்டு வாதாடும் நோயாளிகள். அவர்களே தங்களின் பிரச்னை இதுதான், தனக்கு இந்த மருந்தை கொடுத்தால் போதும் என்றுதான் எங்களிடம் வருவார்கள். உதாரணத்திற்கு... நோய் வரும் போது நம் உடல்

எதிர்வினை ஆற்றும். அப்போது சிஆர்பி அளவுகள் அதிகமாக இருக்கும். சாதாரண முகப் பரு வந்தாலும் சிஆர்பி அளவுகள் அதிகமாகும். அதேபோலக் கேன்சர் வந்தாலும் இந்த அளவுகள் அதிகம் தான் ஆகும். மக்களே அரைகுறை அறிவைக் கொண்டு தனக்கு இந்த வியாதி உள்ளது, அது உள்ளது என்று முடிவெடுத்துக்கொள்ளக் கூடாது.

அடுத்துக் கவனிக்க வேண்டியது உணவு முறை. மக்கள் தங்கள் உடல் தன்மைக்கேற்ப உணவுகளை எடுத்துக்கொள்ளவேண்டும். சர்க்கரை இருப்பவர்கள் இனிப்புச் சாப்பிடக்கூடாது என்றால் இனிப்பு வகை மட்டுமே எடுக்கக்கூடாது என்று நினைத்துக்கொண்டு, வெள்ளை சர்க்கரை வெல்லம், பழ வகைகள் எடுத்துக்கொள்வார்கள்.

அதேபோலச் சிறு பிள்ளைகளுக்குத் தினமும் பாலில் சர்க்கரை கலந்து கொடுத்து பழக்கப்படுத்தி விடுவார்கள். தினமும் இரண்டு ஸ்பூன் சர்க்கரை என்று வைத்துக்கொண்டால் கூட அது முப்பது நாற்பது வயதில் எத்தனை கிலோ கணக்காகும் என்று எண்ணி பார்த்துக்கொள்ளுங்கள்.

ஸ்ட்ரெஸ்ஸில் இருக்கும் போது இரத்த குழாய்கள் சுருங்கும். அப்படிச் சுருங்கும் போது இதயம் திணறும். அப்படித் திணறும் போது தான் இந்த மாரடைப்புப் போன்றவைகளுக்கு வழிவகுக்கும்.

உடற்பயிற்சியைப் பொறுத்தவரை அனைவரும் ஜிம்மிற்குச் சென்று உடற்கட்டை வைத்துக் கொள்ளவேண்டும் என்பதில்லை. தேவைப்படுவோர் அதைச் செய்து கொள்ளலாம். மக்கள் அவரவர் வயதிற்கேற்ப வாக்கிங், இறகுப்பந்து, நீச்சல், உடற்பயிற்சிகளைத் தேர்ந்தெடுத்துச் செய்யலாம்.

எல்லா வயதினரும் சுலபமாக மேற்கொள்ளக் கூடியது நடைப்பயிற்சி. நம் காலில்தான் நீளமான இரத்த குழாய்கள் உள்ளன. நீளமான எலும்புகளும் தசைகளும் உள்ளன. இவற்றுக்கு வேலை கொடுத்தாலே அறுபது சதவீதம் உடல் தசைகள் தினமும் செயல்படும்.

இன்னொரு விஷயம் அதிகாலையில் தான் இந்த உடற்பயிற்சிகளைச் செய்யவேண்டும், அப்போது தான் பலனளிக்கும் என்ற கருத்து இருக்கும். அப்படியல்ல. நமக்குச் சௌகரியமான எந்த நேரமாக இருந்தாலும் உடற் பயிற்சிகளைச் செய்யலாம். அதேபோல 8 வடிவில் நடப்பது போன்று விதவிதமான பல விஷயங்கள் மக்கள் மத்தியில் உலவிக்கொண்டிருக்கின்றது. அதுவும் அவசியமற்றது.

குறுக்க மறுக்க நடப்பது கால்களுக்குத் தேவையற்ற சிரமத்தைத்தான் கொடுக்கும். நேராக நடந்தாலே போதுமானது. சற்று வேகமாக வியர்வை வரும் வகையில் நடக்க வேண்டும். இது பேட்டரி சார்ஜை போலத் தான். நமக்கு ஒரு புத்துணர்ச்சியைத் தரும்.

அடுத்தது, சூரிய வெளிச்சம்.

இந்தியாவில் வெயில் அதிகம் தான். ஆனாலும் வைட்டமின் D என்பது குறைவாகத் தான் இருக்கிறது. ஏனெனில் குழந்தைகளைக் கூடச் சாக்ஸ் தொப்பி என்று முழுவதும் வெயில்படாமல் போர்த்தி வெளியே அனுப்புவதுதான் நம் பழக்கம். பகல் பதினொன்று முதல் இரண்டு மணி வரை இருக்கும் வெயிலில் ஒரு பத்து நிமிடமாவது நிற்க வேண்டும்.

மானிடனாய்ப் பிறப்பது அரிது என்று சொல்லியிருக்கிறார்கள். அதிலும் நோய்

நொடிகளோடு மல்லுக்கட்டிக் கொண்டிருப்பது துரதிருஷ்டமான விஷயம். பாரம்பரிய மருத்துவமுறையில் நோய் வராமல் பாதுகாத்துக் கொள்ளப் பல வழிமுறைகள் உள்ளது.

இன்று பலரும் தனக்கு வியாதி இருப்பது தெரிந்தும் மருத்துவரிடம் செல்லாமல் இருப்பதையும், மருந்துகளை, சிகிச்சைகளை எடுத்துக்கொள்ளாமல் இருப்பதையும் பெருமையாகச் சொல்வார்கள். "எனக்குச் சுகர் இருக்கு. ஆனா நான் டாக்ட்டர் கிட்டயெல்லாம் போறதில்ல நல்லா தான் இருக்கேன்" என்பதைப் போல. எனக்கு ஆச்சர்யமாக இருக்கும். இத்தனை அறியாமையா என்று. நோய் இல்லாமல் வாழ முடியும் என்பது பெரிய வரம். நோய் அறிகுறிகளை அலட்சியப்படுத்துதல் எதுவும் ஆகாது என்ற மனப்பான்மை சில சமயம் மரணத்தைக் கூடத் தந்துவிடும்.

இரத்த அழுத்தம் இருந்தால் அது உங்கள் இதயம் திணறுகிறது என்பதன் அறிகுறி. சர்க்கரை உள்ளது என்றால் அது உடலில் முக்கியமான உறுப்பான கணையம் பழுதாகியுள்ளது என்று அர்த்தம். மஞ்சள் காமாலை என்றால் கல்லீரல் வேலை செய்யவில்லை என்று அர்த்தம். இதை ஆரம்பத்திலேயே நாம் தெரிந்துகொண்டால் சுலபமாகச் சிகிச்சையளித்து விரைவில் சரிசெய்துவிடலாம். அலட்சியம் செய்தால்தான் தான் அபாயம்.'

மாணவர்களிடம் இருந்துதான் கற்றுக்கொள்கிறேன்

— டாக்டர் மதன் ஷங்கர்

கொங்குநாடு கலை அறிவியல் கல்லூரி 1973 ஆம் ஆண்டு கோவையில் தொடங்கப்பட்டது. அக்கல்லூரியில் உயிரியல் தொழில்நுட்பத் துறையில் தங்கப்பதக்கம் பெற்ற மாணவர் மதன் சங்கர். இன்று அதே கல்லூரியில் முதன்மையர் (டீன் - அகாடெமிக்ஸ்) ஆக இருக்கிறார்.

இவர் தன்னுடைய இருபத்தியிரண்டாண்டு அனுபவத்தில் வெவ்வேறு கல்லூரிகளில் துறைத் தலைவர், முதன்மையர் என்று தலைமைப் பதவிகளை வகித்தவர். தான் படித்த கல்லூரியிலேயே இப்போது மாணவர்களுக்கு வழிகாட்டும் இடத்திற்கு வர முடிந்தது எப்படி? அனுபவங்களை நம்முடன் பகிர்ந்துகொள்கிறார்.

‘என்னுடைய கல்வி வாழ்க்கை தொடங்கிய இந்தக் கல்லூரியின் பொன் விழா சமயத்தில் நானும் இதில் பணியாற்றுவோரில் ஒருவனாக இருப்பது மகிழ்ச்சிக்குரிய விஷயம். எண்பதுகளில் என் குழந்தைப் பருவத்தில் எனக்குக் கிடைத்த பல வசதிகள் இன்றைய தலைமுறைக்குக் கிடைக்குமா என்பது சந்தேகம் தான்.

என் தந்தை பெயர் ராமகிருஷ்ணன். நான் பிறந்த பிறகு தான் அவர் சட்டம் படித்து வழக்கறிஞர் ஆனார். அம்மா டெலிபோன் துறையில் வேலையில் இருந்தார். எனக்கு ஒரு தம்பி இருக்கிறார்.

பள்ளிப் படிப்பைக் கோவை *lisieux*-ல் படித்தேன். அப்பா வெஸ்பா ஸ்கூட்டரில் தான் எங்களைப் பள்ளிக்கு அழைத்துச் செல்வார். எந்த நிலையிலும் எங்களுக்குத் தரமான கல்வியைக் கொடுக்க வேண்டும் என்று உறுதியாக இருந்தார்.

வாழ்வில் நான் என்றும் மறக்க முடியாத ஆசிரியர் ராதிகா. அண்மையில் ஒரு விழாவில் அவரைச் சந்தித்தேன். கிட்டத்தட்ட முப்பத்தைந்து வருடம் கழித்து நிகழ்ந்த சந்திப்பு. ஆனாலும், என்னைப் பார்த்ததும் என் பெயரைச் சொல்லி அழைத்தார். நான் அசந்துவிட்டேன்.

நான் என்றுமே ஆசிரியர்களுக்கு நெருக்கமாக இருந்தவன். அவர்களுக்கும் என்னைப் பிடிக்கும். நானும் என் தம்பியும் முறைப்படி கர்னாடக சங்கீதம் கற்றுக் கொண்டவர்கள். அதனால், ஆசிரியர்கள் சில சமயம் என்னை அழைத்துப் பாடச் சொல்லிக் கேட்பார்கள். ஆசிரியர் லிசி என்பவர் துபாயில் இருக்கிறார், இன்றும் அவர் தொடர்பில் இருக்கிறார்.

சிறு வயதில் தாத்தா மற்றும் பாட்டியின் அரவணைப்பு எனக்குக் கிடைத்தது. இதை ஏன் சொல்கிறேன் என்றால், இன்றைய தேதியில் தனிக்குடித்தன வாழ்க்கை முறையில் பிள்ளைகள் வளர்க்கப்படுவதால் வரும் விளைவுகளை நாம் காண்கிறோம். அன்று ஒரு குடும்பமாக இருந்ததால், அனைவரின் அரவணைப்பும் கிடைக்கப்பெற்றது.

எனக்குச் சிறுவயதில் நண்பர்கள் அதிகம் கிடையாது. படிக்கப் பிடிக்கும். அதேபோலத் தோட்டம் பராமரிப்பதும் மிகவும் பிடித்தமான ஒன்று. வீட்டில் நடக்க இடம் இல்லாமல் பூந்தொட்டிகளை அடுக்கி வைத்திருப்பேன்.

உயிரியலில் எனக்கு நாட்டம் வந்ததற்குக் காரணம் ஆறாம் வகுப்பு ஆசிரியர் இந்திரா. அது மேலும் வளர்ந்ததற்குக் காரணம் ரங்கசாமி வாத்தியார்.

பதினொன்றாவது படிக்கும் போது எங்களை வெளியே அழைத்துச் செல்வார். பள்ளியில் இருந்து சாடிவயல் வரைக்கும் நடந்து சென்று வழியில் இருக்கும் செடிகளின் பெயர்களைச் சொல்லிக் கொண்டே வருவார். அது நல்ல அனுபவப் பாடமாக அமைந்தது.

பள்ளி முடிக்கும் வரை என்றுமே இசை, புத்தங்கள் தான் கதி என்று இருப்பேன். விளையாடப் போக மாட்டேன். லதா மங்கேஷ்கர் இசைத் தட்டுகளைக் கேட்டுக் கொண்டிருந்த நேரமெல்லாம் என்றுமே நினைவில் நிலைத்திருக்கும்.

மூன்றாவது படிக்கும் போதே எனக்குப் பாடம் நடத்துவது என்றால் கொள்ளைப் பிரியம். நாற்காலி, பெஞ்சுகளுக்குப் பாடம் நடத்துவது

போல நினைத்துக்கொண்டு, போர்டில் எழுதிக் கொண்டு தான் படிப்பேன். ஆனால் ஒன்றை சொல்ல வேண்டும். எனக்குக் கணக்கு வரவே வராது. ரொம்பப் பயம். அதிலிருந்து தப்பிப்பதற்காகவே உயிரியல் பாடப்பிரிவை எடுத்தேன்.

பள்ளியில் நான் ஒன்றும் முதல் மாணவனெல்லாம் இல்லை. ஓரளவுக்கு நன்றாகப் படிப்பவன்தான். அப்பாவிற்கு நான் சட்டம் படிக்க வேண்டும் என்று ஆசை. எனக்கோ மருத்துவம் படிக்க வேண்டும் என்ற ஆர்வம் இருந்தது. ஒரு வேளை அது கிடைக்கவில்லை எனில் அக்ரி படிப்பை எடுக்கலாம் என்றிருந்தேன்.

என் தாத்தாவிற்குச் சர்க்கரை அளவுகள் அதிகமாக இருந்ததால், நான் வீட்டிலேயே ஒரு குட்டி மருத்துவமனை ஏற்பாடு வைத்திருந்தேன். வீட்லேயே யூரின் டெஸ்ட், ரத்த அழுத்தம் சோதனை செய்வது போன்று அமைத்திருந்தேன். ஆனால், மருத்துவப் படிப்பில் சேர முடியவில்லை. ரஷ்யா சென்று படிக்கும் வாய்ப்பு இருந்தது. இருப்பினும் அது சரியாக அமையவில்லை.

என்னுடைய அடுத்த விருப்பம் அக்ரி படிப்பு தான். உயிர் தொழில்நுட்பவியல் அப்போது புதிய படிப்பாக இருந்ததால், என் தந்தை என்னை அதில்சேர அறிவுறுத்தினார். நானும் சேர்ந்து கொண்டேன். அது தான் இந்தத் துறை சார்ந்து என்னுடைய தொடக்கப்புள்ளி.

அப்போதெல்லாம் பாக்கெட் மணி என்ற கான்செப்ட் இல்லை. நான் கல்லூரிக்குப் போக ஆரம்பித்ததிலிருந்து தான் பணம் கொடுத்தார்கள், அதுவும் இருபது ருபாய், சாப்பிடுவதற்கு. இப்போது கேட்பதற்கு முன்னால் பணத்தை எடுத்து கொடுக்கும் வாடிக்கை அன்று இருக்கவில்லை.

நான் பாடம் நடத்த வந்தது முழுக்க முழுக்க என் ஆர்வத்தினால் தான். ஆயிரத்துத் தொள்ளாயிரத்து தொண்ணூற்றாறாம் ஆண்டு கொங்குநாடு கல்லூரியில் மாணவனாகச் சேர்ந்தேன். அந்தக் காலத்திலேயே உயர்தர வசதிகள் கொண்ட ஒரு துறையை உருவாக்கியிருந்தனர். அந்நூலகத்தில் கூட வெளிநாட்டு எழுத்தாளர்களின் புத்தகங்கள் தான் இருக்கும்.

அப்போதைய செகரட்ரி ஆறுச்சாமி பற்றி நான் சொல்லியே ஆக வேண்டும். உயிர் தொழில்நுட்பவியல் துறையைக் கல்லூரியில் அமைக்க வேண்டும் என்பது அவரின் கனவு. அவர் ஆகச்சிறந்த அறிவியலாளர். அமெரிக்காவிற்குச் சென்று ஆராய்ச்சிகளைச் செய்தவர். அவரின் பெருமுயற்சி தான் அங்கு உயிர் தொழில்நுட்பவியல் துறை உருவாகக் காரணம்.

என்னுடைய முதுகலைப் படிப்பை ஜிஆர்டி கல்லூரியில் படித்தேன். செயல்முறை கல்வி சார்ந்து பலமான அடித்தளம் எனக்குக் கிடைத்தது அங்கு தான். இவர்கள் இந்தத் துறை பெரிதாக வளர்ந்திருக்காத அந்தக் காலத்திலேயே எங்களுக்கு நவீனத் தொழில்நுட்பத்தை அறிமுகம் செய்தார்கள்.

படிப்பு முடிந்ததும் கல்லூரியில் பணிக்குச் சேர்ந்தேன். பிறருக்குக் கற்றுக் கொடுக்கும் அனுபவத்தில் நான் கற்றுகொண்டவை ஏராளம். அதிலும் பிஎஸ்ஜி கல்லூரியில் இருந்த வருடங்களில் என்னுடைய துறை சார்ந்தும், என் வாழ்கை சார்ந்தும் நான் தொடர்ந்து வளர்ச்சியைப் பெற்றுக் கொண்டிருந்தேன்.

என்னுடைய பிஎச்டி படிப்பை கோவை வன மரபியல் கல்லூரில் டாக்டர் மோகன் வர்கீஸ் என்பவருடன்

இணைந்து படித்தேன். அவர் இடையில் வேறு இடத்திற்குப் பணி மாற்றம் பெற்றுக்கொண்டு சென்றுவிட்டார். அந்தக் கட்டத்தில் எனக்கு இரண்டே வழிகள் தான் இருந்தன. ஒன்று படிப்பை நிறுத்திவிடுவது, இன்னொன்று அதே யூனிவர்சிட்டியில் இன்னொருவரை தேடிப் பிடித்துச் சேர்வது.

மிகவும் சவாலான அந்தச் சூழ்நிலையில் எனக்கு உதவியது டாக்டர் உஷா மேத்தா. அவர் கீர்த்திலால் நிறுவனர். அவர் யூனிவர்சிட்டியின் உறுப்பினராக இருந்ததால், எனக்கு அங்கேயே நிக்கோடமஸ் என்பவரிடம் இடம் வாங்கிக் கொடுத்தார்.

அவர் அற்புதமான நபர். ஆராய்ச்சி படிப்பு முடிந்தும் கூட, என்னிடம் 'நீ எப்போது வேண்டுமானாலும் வீட்டிற்கு வரலாம், ஆனால் ஒரு குண்டூசியைக் கூடப் பரிசு என்று வீட்டிற்கு எடுத்துவரக் கூடாது' என்பார். இன்று இருப்பவர்கள், பணம் வாங்குகிறார்கள். ஆனால் அவர் எந்தவித எதிர்பார்ப்பும் இல்லாமல் எங்களுக்கு வழிகாட்டினார்.

இன்று நான் என்னிடம் இருக்கும் ஆராய்ச்சி மாணவர்களைஎப்படி வழிநடத்திச்செல்லவேண்டும் என்பதை இவரை மனதில் வைத்துத் தான் செய்கிறேன்.

என் மாணவர்களிடம்தான் நிறையக் கற்றுக் கொண்டிருக்கிறேன். இன்றும் என் நினைவில் இருக்கும் இரண்டு மாணவர்களைப் பற்றிச் சொல்கிறேன்.

அபிஷேக் என்றொரு மாணவன் இருந்தான். அவன் மிகச்சிறந்த மாணவன். கவனச் சிதறல்கள்

இல்லாதவன். எனக்கு அப்போதெல்லாம் அதிகம் கோபம் வரும். நான் அப்படி இருக்கக்கூடாது என்று சொன்னவன் அவன்தான். அதேபோல இப்போது இருக்கும் கொங்குநாடு கல்லூரியில் முதலாம் ஆண்டு மாணவன் வைஷ்ணவ் முதல் வருடத்திலேயே பேட்டண்ட் வாங்கினான். இப்படி ஆர்வத்தோடு வரும் மாணவர்களைத் தொடர்ந்து ஊக்கப்படுத்த வேண்டும்.

இன்னொரு விஷயம் சமத்து மாணவர்கள் மட்டுமே இருப்பார்கள் என்று சொல்வதற்கில்லை. பிஎஸ்ஜி கல்லூரியில் நவீன் என்று ஒரு மாணவன் இருந்தான். முதலாம் ஆண்டில் அவன் ஒரு குறும்புக்கார மாணவன். ஆனால் கல்லூரி இறுதியாண்டில் மற்ற ஆசிரியர்களே ஆச்சர்யப்படும் அளவிற்கு மாறிப்போனான். மாணவர்களை அவர்கள் போக்கில் விட்டு, பொறுப்புகளை உணர வைத்தால் போதும், புரிந்து கொள்வார்கள்.

என்னிடம் படித்த பலரும் என்னை இன்றும் நினைவுகூர்வார்கள். ஒவ்வொரு ஆண்டும் குரு பௌர்ணமி அன்றும், ஆசிரியர் தினத்தன்றும் என்னை அழைத்துப் பேசுவார்கள். ஆசிரியர் தினம் என்றாலே, அது என்னுடைய மாணவர்களை நினைவுகூரும், அவர்களுடன் உரையாடும் நாள்தான். என்னுடைய மாணவர்கள்தான், தொடர்ந்து நான் கற்றுக் கொண்டே இருக்க வேண்டும் என்பதை எனக்குப் புரிய வைத்தார்கள். அவர்கள் தான் என்னுடைய முதுகெலும்பு.

முப்பது வருடங்கள் ஒரே பாடத்தை நடத்துவது அல்ல ஒரு ஆசிரியரின் பணி. ஒரு மாணவனை மதிப்பெண்களைப் போட்டுப் பாஸ் செய்வது

மட்டுமே வேலை என்று இருக்காமல், அவர்களுக்குப் புதுப்புது விஷயங்களைக் கற்றுக்கொடுக்க வேண்டும். இன்று இணையத்தில் இல்லாத தகவல்களா..? எனவே பாடம் நடத்துவது என்பதைத் தாண்டி புதிய முறைகளை உட்புகுத்தவேண்டும்.

என்னுடைய அனுபவத்திலேயே பல மாற்றங்கள் வந்திருக்கின்றன. கரும்பலகைக் காலகட்டம் முடிந்து, பவர்பாயிண்ட் ப்ரசென்ட்டேஷன் தாண்டி இப்போது 'ப்ளிப்டு க்ளாஸ்ரூம்' முறையைப் பின்பற்றுகிறோம். அறிவியலையும் தத்துவத்தையும் கலந்துகட்டிப் பாடம் நடத்துவோம்.

ஒரு ஆசிரியர் தன்னைப் புதுப்பித்துக் கொண்டேயிருந்தால்தான் இது சாத்தியம். ஆசிரியரின் இன்னொரு முக்கியமான பங்கு பாடத்திட்ட வடிவமைப்பு. அதில் கவனம் செலுத்தி, அது மாணவர்களுக்கு அனைத்து விதத்திலும் பயன்தரும் வகையில் அமைக்க வேண்டும். நான் இதில் என்றுமே அக்கறை கொண்டவன், தனிக் கவனம் செலுத்துபவன். நான் வேலை செய்த இடங்களில் பாடத்திட்டம் சிறந்ததாக இருக்க வேண்டும் என்பதை உறுதிசெய்து கொள்வேன்.

செயல்முறை சார்ந்த பாடத்திட்டம் மாணவர்களுக்குப் பெரும்வகையில் உதவும். அதேபோல இன்றிருக்கும் மாணவர்களுக்கு எப்படிக் கற்றுக் கொள்ள வேண்டும் என்று சொல்லித்தர வேண்டும்.

சமூகத்தின் தேவைகளை, பிரச்சனைகளை அவர்களை அறிந்துகொள்ளச் செய்ய வேண்டும். அதன் மூலம் அவர்கள் தீர்வுகளைக் கண்டடைய வழி செய்ய வேண்டும். ஒரு மாணவனின் சிந்தனை உலகளவில் இருக்க வேண்டும். அதேபோல அது

உள்ளூர் பிரச்சனைகளைச் சரிசெய்ய முடிவதாகவும் இருக்கவேண்டும்.

எங்கள் கல்லூரியில் இதற்கான அனைத்து வாய்ப்புகளையும் நங்கள் உருவாக்கியுள்ளோம்.

வெற்றி என்பது நம்மை நாம் புரிந்துகொள்வது. நம் மனநிலைதான். பிரச்னை என்னவென்றால், எப்போதும் வெற்றியை மற்றவரோடு ஒப்பிட்டுப் பார்த்துக் கொள்வது. நாம் எழுபது மதிப்பெண்கள் வாங்குகிறோம் என்றால், அதைத் தொண்ணூறு வாங்கிருப்பவனோடு ஒப்பிட்டு பார்த்து, அதுதான் வெற்றி என்று நினைத்துக் கொள்வது. உண்மையில் எழுபதும் வெற்றிதான் என்பதைப் புரிந்துகொள்ளவேண்டும்.

வெற்றி என்பது என்றுமே நாம் ஒரு விஷயத்தை எப்படிப் பார்க்கிறோம் என்பதில் தான் இருக்கிறது. ஒரு மாணவன் பரீட்சைக்கு நன்றாகப் படித்துத் தயாரிக்கிறான். ஆனால், தேர்வு அறையில் அவனுக்கு வலிப்பு வந்துவிடுகிறது, அவனால் தேர்வு எழுத முடியவில்லை. இதை வெற்றி என்றோ தோல்வி என்றோ எப்படிச் சொல்வீர்கள்.? அந்தப் பரீட்சையை எழுத முடியாமல் போவது தோல்வி அல்ல. ஒரு சூழ்நிலையை எப்படி அணுகுகிறோம் என்பது தான்.

திறமையைச் செம்மைப்படுத்திக் கொண்டே இருக்கவேண்டும். வெற்றி தோல்வி என்பது வாழ்க்கையில் வருவனவற்றை எப்படி எதிர்கொள்கிறோம் என்பதில்தான் இருக்கிறது.’

வந்தா சீனியர் ஆபீசராத்தான் வருவேன்!

— பிரிட்டானியா அரசு கேசவன்

பிரிட்டானியா பிஸ்கட் தெரியாதவர்கள் இருக்க முடியாது. அந்நிறுவனத்தில் ஒரு ஜூனியர் ஆஃபீசராகச் சேர்ந்து அதே நிறுவனத்தில் ஒரு தொழிற்சாலைப் பிரிவின் தலைவர் என்ற உயரத்தை எட்டி பிடித்தவர் அரசு கேசவன்.

எளிமையான குடும்பப் பின்னணியைக் கொண்டவர் தான். ஆனால் தன்னுடைய தலைமைத்துவப் பண்புகள் மூலம் அவர் அடைந்தவைகளும் பிறர் வாழ்வில் ஏற்படுத்திய மாற்றங்களும் மிகப் பெரிது. எப்படி சாதித்தார்?

‘என்னுடைய சொந்த ஊர் ஆரணி. அப்பா செங்கம் என்ற ஊரில் ஒரு பணிமனை வைத்திருந்தார். என்னுடைய பள்ளி படிப்பு முழுவதும் அங்குதான் இருந்தோம். சிறு வயதில் இருந்தே எனக்கு சேமிப்பதில் அதீத ஆர்வம் இருந்தது.

பெரியவர்கள் பணம் கொடுத்தால் உடனே அதைச் சேர்த்து வைப்பது என்னுடைய வாடிக்கை. பின்னர் அதைப் பிறருக்குக் கடன் கொடுத்தேன். மாலை வேளைகளில் நொறுக்குத்தீனி சாப்பிடுவதற்குக் காசு கொடுப்பார்கள். அந்தத் தின்பண்டங்களை மொத்த விலைக்கு வாங்கி வந்து வீட்டிலேயே ஒரு பெட்டிக்கடை மாதிரி வைத்திருந்தேன்; என் சகோதரர்களுக்குக் கொடுப்பதற்காக.

எனக்கு எதையும் ஒருமுறை பார்த்தாலே அதைச் செய்து பார்க்கும் குணம் இருந்தது. ஒரு சமயம் புத்தகங்களைப் பைண்டிங்கிற்குக் கொடுத்திருந்தேன். அதை எப்படிச் செய்கிறார்கள் என்று அங்கேயே அமர்ந்து பார்த்துக் கொண்டிருந்தேன். அடுத்த முறை நானே அதைச் செய்ய ஆரம்பித்துவிட்டேன். அதோடு நில்லாமல், என் நண்பர்களுக்கும், என் இரு தங்கைகளுக்கு நானே செய்து கொடுக்க ஆரம்பித்தேன். இதில் நிறையப் பணம் சேமிக்க முடிந்தது.

என் நினைவிலிருந்து ஆறாவது படிக்கும்போதிருந்து வகுப்பில் நான் தான் முதல் மாணவன். எஸ்.எஸ்.எல்.சி.யிலும் முதல் மாணவன். என் விருப்பப் பாடம் கணிதம். எப்போதும் அதில் நூற்றுக்கு நூறைத் தவற விட்டதேயில்லை. பொதுத்தேர்விலும் தான்.

பொதுவாகவே ஒரு வேலை என்று வந்துவிட்டால் அது சார்ந்து மட்டும்தான் கவனம் செலுத்துவேன். மற்ற விஷயங்களைப் பற்றி அலட்டிக்கொள்ளமாட்டேன். சிறிது காலம் பள்ளி ஹாக்கி அணியில் இருந்தேன். பள்ளியில் அனைத்து மாணவர் தலைவனாக இருந்தேன். இது தலைமை ஆசிரியர், மாணவனின் பண்புகள், திறமைகளை அடிப்படையாக வைத்து வழங்கும் பதவி. அது எனக்குக் கிடைத்தது.

நான் பொறியியல் படிக்க வேண்டும் என்ற ஆர்வம் கொண்டிருந்தேன். ஆனால் குடும்பச் சூழ்நிலை அதற்கு ஒத்துழைக்கவில்லை. என் தந்தையும் ஒரு இன்ஜினியரிங் ஓர்க் ஷாப் தான் வைத்திருந்தார், எனவே என்னை இயந்திரப் பொறியியலில் டிப்ளமோ படிப்பில் சேர்த்துவிட்டார்.

அது முடிந்ததும் குடியாத்தம் பாலிடெக்னிக் கல்லூரியில் சேர்ந்தேன். என் தந்தை எனக்கு அறிவுறுத்தியது இதுதான்... "நீ சிறிது காலம் ஒரு தொழிற்சாலையில் சென்று வேலை செய், அதன்பின் நீ விருப்பப்பட்டால் திரும்பிவந்து இங்கு மாற்றங்களைச் செய்து இதை எடுத்து நடத்து."

நான் அங்கிருந்து சென்னை வந்தேன். முதல் மூன்று ஆண்டுகள் ஒரு மோட்டார் வாகனத் தொழிற்சாலையில் பணிக்கு இருந்தேன். அதன்பின் சில தொழிற்சாலைகளில் முயற்சி செய்து, பிரிட்டானியாவில் பணிக்குச் சேர்ந்தேன். 1983 ஆண்டு ஜூன் மாதம் தொடங்கிய என் பயணம் முப்பத்தியொன்பது ஆண்டுகள் நான் 2022ல் ஓய்வுபெறும் வரை நீடித்தது.

நான் பிரிட்டானியாவில் ஒரு ஜூனியர் ஆஃபீசராகத் தான் பணிக்குச் சேர்ந்தேன். அது ஒரு சூப்பர்வைசர் வேலையைப் போன்றதுதான். ஒவ்வொரு ஷிப்டிலும் நூற்றுக்கணக்கானவர்கள் இருப்பார்கள். அவர்களுக்கு மூத்த ஆபீசர்கள், இடைநிலை ஆபீசர்கள், ஜூனியர் ஆபீசர்கள் என்று இருப்பார்கள்.

இரண்டு வருடம் ஜூனியர் ஆபீசராக இருந்து பின்பு அடுத்த நிலைக்கு உயர்ந்தேன். பணியிட மாறுதல் பெற்று பெங்களூர் சென்றேன். அங்கு ஒரு வருடம் இருந்துவிட்டு அடுத்தது என் தேவை

ஹைதராபாத்தில் இருப்பதால் அங்கு செல்லும்படி மேலிடம் பணித்தது. அங்கு நான்கு வருடங்கள். அதன் பின் புது யூனிட் பெங்களூருவில் தொடங்கி இருக்கிறார்கள் என்று என்னை *1990*ல் அங்கு அழைத்தார்கள். சில வருடங்களில் நான் மூத்த அதிகாரியாகப் பணி உயர்வு பெற்றேன். மதுரையில் உள்ள தொழிற்சாலைக்கு ஒரு உயரதிகாரி தேவையாக இருந்ததால் அங்கு சென்றேன். *1994* சென்னை யூனிட்டிற்குத் திரும்பினேன். அங்கு ஷிப்ட் மானேஜராக இருந்தேன்.

அங்கு ஒவ்வொரு ஷிப்ட்டிற்கும் மேனேஜர் இருப்பார். அவர்தான் அந்த ஷிப்ட்டின் அனைத்துச் செயல்பாடுகளுக்கும் பொறுப்பு. அதன்பின் ஆபரேஷன் மானேஜராகப் பதவி உயர்வு பெற்றேன். அதில் ஆறு முதல் ஏழு யூனிட்டுகள் என்னுடைய கட்டுப்பாட்டில் இருந்தது. அதன்பிறகு ஆந்திராவில் ஆறு யூனிட்டுகளையும் சேர்ந்து பன்னிரண்டு இடங்களையும் கவனித்து வந்தேன்.

*2011*ம் ஆண்டு நகரி என்னும் இடத்தில் இருக்கும் தொழிற்சாலைக்குத் தலைமை பொறுப்பைத் தந்தார்கள். அது அப்போது நான்கு வகை பிஸ்கட்டுகள் தயாரிக்கும் லைன்களோடு நான்காயிரம் டன் உற்பத்தி திறனோடு இருந்த யூனிட். பின்னர் அது புதிய லைனோடு ஐயாயிரம் டன் உற்பத்தி செய்யும் திறனுக்கு உயர்த்தப்பட்டது.

பொதுவாகவே உணவு தயாரிக்கும் தொழிற்சாலைகளில் சவால்கள் என்பது இரண்டு வகையாக இருக்கும். ஒன்று உற்பத்தி சார்ந்து இன்னொன்று பணியாளர்கள் சார்ந்து. தயாரிப்பு இயந்திரக் கோளாறுகள், சந்தையில் இருந்து வரும்

விமர்சனங்கள் என்று ஒருபுறமிருக்கத் தொழிலார்கள் சார்ந்தும் அதிகம் கவனம் செலுத்த வேண்டும்.

இந்த விஷயத்தில் நான் செய்ததைச் சொல்கிறேன். எங்கள் யூனிட் மதுரையின் கிராமப்பகுதியில் அமைந்திருந்ததால், எங்களுக்கான தொழிலாளர்களை அக்கம்பக்கத்து ஊர்களில் இருந்துதான் கொண்டு வந்தோம்.

அவர்களுக்கு உணவு தயாரிப்பைப் பற்றிக் கற்றுக்கொடுத்து அவர்களை அந்தப் பணிக்கு தயார்படுத்துவது முதல் சவால். அப்படிப் பணிக்கு வரும் அவர்களுக்கு, கடைப்பிடிக்க வேண்டிய தூய்மை வழிமுறைகளைத் தொடர்ந்து சொல்லிக் கொடுத்து பழக்கப்படுத்தினோம்.

ஆயிரக்கணக்கான பணியாளர்களிடத்தில் அதனை முழுஅளவில் செயற்படுத்துவது ஆரம்பத்தில் சிரமமாகத் தான் இருந்தது. ஆனால் தொடர் பயிற்சிகளின் மூலம் அது எங்களுக்குச் சாத்தியமானது.

குழந்தைகளுக்குத் தாய்ப்பாலுக்குப் பின் பிஸ்கட் தான் தண்ணீரில் நனைத்து கொடுப்பார்கள். நாம் தயாரிக்கும் பொருளின் தரம் எத்தனை முக்கியம் என்பதை அவர்களுக்கு எடுத்துச் சொன்னோம். அதேபோல வீட்டில் ஐந்தாறு தோசைகள்கூடச் சாப்பிட முடியும் ஆனால் ஓட்டலுக்குப் போனால் ஒரு தோசைக்கு மேல் சாப்பிட முடியாது காரணம், வீட்டு உணவில் அம்மாவின் அன்பு.

நாமும் தயாரிக்கும் உணவை அன்போடு, குறைந்தபட்சம் வெறுப்பு உணர்ச்சிகள் இல்லாமல் செய்ய வேண்டும். அப்படியில்லாமல் கடமையே என்றும் வீட்டில் இருக்கும் பிரச்சனைகளைப்

புலம்பிக் கொண்டும் செய்தால், அது உண்பவர்களுக்கே செரிக்காது என்று சொல்லி அவர்களின் மனநிலையைத் தயார்படுத்துவோம்.

அதேபோலப் பணியாளர்களையும் அவர்கள் குடும்பங்களையும் புரிந்து கொள்வதற்காக ஒவ்வொரு மாதமும் சில குடும்பங்களை அவர்கள் வீட்டிற்கே காரில் சென்று அழைத்து வந்து தொழிற்சாலையை முழுவதும் சுற்றிக் காண்பித்து, பிறகு அவர்கள் என்னுடன் இணைந்து மதிய உணவு சாப்பிடுவார்கள்.

உணவு, உரையாடல்களுக்குப் பின்னர் அவர்களுக்கு எங்களின் தயாரிப்புகளைக் கொடுத்து வீட்டிற்கு அனுப்பி வைப்போம். இது பல ஆண்டுகளாகக் கடைபிடிக்கப் பட்டுவரும் ஒரு வழக்கம்.

இன்னொரு விஷயம், இது *95* சதவிகிதம் பெண்கள் பணி செய்யுமிடம். அவர்கள் படும் பாட்டைச் சொல்லி தீராது. தினமும் எட்டு மணி நேரம் பணியிட வேலை, பிறகு வீட்டில் சென்று அங்கும் எல்லாம் செய்ய வேண்டும். அதுவும் கிராமத்துப் பெண்களுக்கு இன்னும் சவால்கள் அதிகம். சில சமயம் குடித்துவிட்டுச் சுற்றும் கணவன், பொறுப்பில்லாமல் இருக்கும் கணவன் அல்லது உறவினர்கள் என்று ஆயிரம் தொல்லைகள் இருக்கும்.

நான் அவ்வப்போது அவர்களிடம் சென்று அனைவரும் நன்றாக இருக்கிறீர்களா என்பதைப் போலக் கேட்பதுண்டு. ஒரு சமயம் அப்படிப் பேசிக்கொண்டிருக்கும் போது ஒரு பெண்மணி அருகில் வந்து ஓவென அழத் துவங்கி விட்டார். அவரை என் அறைக்கு அழைத்து விசாரித்ததில், குடிப்பழக்கம் கொண்ட கணவன் தினம்

தன்னை அடித்துத் துன்பப்படுத்துவதைப் பற்றிச் சொன்னார். நாங்கள் உடனே கம்பெனி சார்பில் பண ஏற்பாடு செய்து கொடுத்து, அந்தக் கணவனைக் குடியை மறக்க வைக்கும் மறுவாழ்வு அமைப்பிற்கு அனுப்பிவைத்துவிட்டோம். அங்கு அவனுக்குக் கொடுக்கப்பட்ட சிகிச்சையால் சில வாரங்களில் அவன் திருந்தி வேலைக்குச் செல்ல ஆரம்பித்துவிட்டதாக அந்தப் பெண் சொன்னது நிம்மதியாக இருந்தது.

இயன்ற வரை நாங்கள் எங்கள் தொழிலாளர்களோடு இணைந்தே இருப்பதால், அவர்களும் எங்களிடம் இயல்பாக இருக்கிறார்கள்.

வாராவாரம் நடைபெறும் பயிற்சிக் கூடங்களில் சில சமயம் நானும் கலந்துகொள்வதுண்டு. நான் பங்குபெறும் போது நான் பேசுவதைக் குறைத்துக்கொண்டு அவர்களை அதிகம் பேச வைப்பேன். அப்படிப் பேசும் போது அவர்களின் தேவைகளைத் தெரிந்துகொள்ளமுடியும்.

அப்படித்தான் ஒரு நாள் ஒரு பெண் என்னிடம் வந்து இங்கு நாற்பது வயதை கடந்த பெண்கள் பலர் இருக்கிறோம். எங்களுக்கு மருத்துவப் பரிசோதனை ஏற்பாடு செய்ய முடியுமா என்று கேட்டார். நான் உடனே மதுரையில் இருக்கும் முதன்மைப் பெண் மருத்துவரிடம் பேசி அவர்களை வரச்சொல்லி எல்லா ஏற்பாடுகளும் செய்தேன்.

தொண்ணூறுக்கும் மேற்பட்டோர் பதிவு செய்திருந்தனர். காலையில் ஆரம்பித்த பரிசோதனைகள் மாலை வரை நீண்டது. என்னுடைய அறையிலேயே ஸ்ட்ரெச்சரை வைத்துப் பரிசோதனை செய்யும் விதமாக ஏற்பாடு செய்திருந்தோம். அதில்

ஒரு பெண்ணுக்கு மருத்துவமனையில் சேர்த்துச் சிகிச்சை கொடுக்கும் அளவிற்குக் கருப்பைக் கோளாறு இருந்தது. சிலருக்கு மருந்துகளைத் தந்தார்கள்.

சிகிச்சை பெற்று குணமடைந்தவர்கள் தட்டில் தேங்காய், பழங்களை எல்லாம் வைத்துக்கொண்டு வந்து என்னிடம் தந்து மனமார நன்றி சொன்னது நெகிழ்ச்சியாக இருந்தது. இந்த ஏற்பாட்டை என்னால் செய்ய முடிந்தில் எனக்கும் மகிழ்ச்சிதான்.

பெருந்தொற்றுக் காலத்தில் அதிகமான சவால்கள் இருந்தன. பிஸ்கட்டுகள் அத்தியாவசிய பொருட்களுக்குள் இருந்ததால், அதன் தேவை பல மடங்கு அதிகமானது. ஆனால் அதை உற்பத்தி செய்யப் பாதி அளவு ஆட்களே கிடைத்தார்கள்.

நான் உட்படப் பல அதிகாரிகள் அக்கம்பக்கத்துக்கு ஊர்களுக்குச் சென்று மக்களிடம் நேரடியாகப் பேசினோம். தொழிற்சாலையில் ஏற்பாடு செய்யப்பட்டுள்ள பாதுகாப்பு நெறிமுறைகளை எடுத்துக் கூறினோம். பல கட்டங்களில் பாதுகாப்பு சோதனைகளைச்செய்து முடிந்தவரைஅனைத்தையும் சமாளித்தோம். அதேபோல ஊழியர்கள் வேறு ஊர்களுக்குப் பயணிக்கிறார்களா, உடல் நலம் சீராக இருக்கிறதா என்பதைக் கண்காணிக்கவே தனியாக ஒரு பெரிய குழு இருந்தது.

தடுப்பூசி அறிமுகப்படுத்தப் பட்டதும் இந்தச் சவால்கள் சற்றுக் குறைந்தது. எங்கள் குழுமத்திலேயே முதல் டோஸ் தடுப்பூசியை நாற்பத்தைந்து நாட்களுக்குள் தொழிற்சாலையில் உள்ள அனைவரும் எடுத்துக் கொண்டது எங்கள் யூனிட்டில் தான். தடுப்பூசியைப் பற்றியும் அதன் முக்கியத்துவத்தைப் பற்றியும் மக்களுக்கு எடுத்துக்கூறி இதைச் செய்தோம்.

என்னுடைய பதவிக் காலத்தில் நான்கு ஐந்து முறை சிறந்த தொழிற்சாலைக்கான விருதை வாங்கி உள்ளோம். அதில் இரண்டு ஆண்டுகள் தொடர்ச்சியாக அந்த விருதைப் பெற முடிந்தது. இது நாட்டில் உள்ள அனைத்துப் பிரிட்டானியா பாக்டரிகளையும் சேர்த்து வைத்துக் கொடுக்கப்படும் விருது.

இதில் முக்கியமாக ஆறு அம்சங்கள் கணக்கில் எடுத்துக்கொள்ளப்படும். முதலில் இயக்குதிறன் எந்த அளவில் உள்ளது என்பதைப் பார்ப்பார்கள். எங்கள் இடத்தில் அது எப்போதும் *105* சதவிகிதத்துக்கு மேல் தான் இருக்கும். அதன்பின் *downtime* எனப்படும் செயல்பாடில்லாத நேரம். அது குறைவாக இருக்கவேண்டும். அதேபோலத் தயாரிப்புக் கழிவுகள் குறைந்த அளவில் இருக்க வேண்டும். இருக்கும் வசதிகளைச் சிறந்த முறையில் கையாளுதல், எனப் பல அம்சங்களைக் கருத்தில் கொண்டு கொடுக்கப்படும் விருது அது.

தொழில்துறைக்கு வர நினைப்பவர்களுக்குச் சொல்ல விரும்புவது ஒன்றுதான். கொள்கை இல்லாத வாழ்க்கை ஓர் இடம் போய்ச் சேராது. அலை பாய்ந்து கொண்டேதான் இருக்கும். நமக்கான இலக்கை நிர்ணயித்துக் கொண்டால் மட்டும் போதாது. அதை அடைவதற்குத் திட்டங்களைத் தீட்டிக் கொண்டே இருக்கவேண்டும்.

என் வாழ்விலேயே இதற்கு உதாரணம் சொல்லலாம். வெளியூர் யூனிட்டுகளில் வேலை செய்துகொண்டிருக்கும் போது ஆடிட்டுகளுக்காகச் சென்னையில் இருந்துவருபவர்கள் கேட்பார்கள், ‘ஏன்பா, சென்னை வரமாட்டியா?’ என்று. நான் ‘அங்கு வந்தா சீனியர் ஆபீசராகத் தான் வருவேன்’

என்பேன். அதேபோலப் பதவி உயர்வோடு தான் சென்னை சென்றேன். கனவை நோக்கிய மனம் தளராத செயல்பாடே பாதி வெற்றியைத் தந்துவிடும். பரிசோதித்துப் பார்த்துவிட்டுச் சொல்லுங்கள்.

அண்ணன் காட்டிய வழி

– 'நேச்சுரல்ஸ்' குமாரவேல்–வீணா

இரண்டாயிரமாவது ஆண்டில் சென்னையில் ஒரு சிறிய கடையாகத் தொடங்கப்பட்டதுதான் நேச்சுரல்ஸ் அழகு நிலையம். இருபத்தியிரண்டு ஆண்டுகளில் இந்தியா முழுவதும் இருபது மாநிலங்களில் எழுநூறுக்கும் மேற்பட்ட கிளைகளைக் கொண்டு விரிந்திருக்கிறது. அழகு நிலையங்கள் மட்டுமில்லாமல், அழகுப்பயிற்சி நிலையங்களும் செயல்பட்டுவருகின்றன. 'பிரான்சைஸ்' முறையின் மூலம் நாநூறுக்கும் அதிகமான பெண் தொழில் முனைவோர்களை இவர்களால் உருவாக்க முடிந்துள்ளது. இத்தனைக்கும் இந்த நிறுவனம் தொடங்கப்பட்டபோது அழகு நிலையங்கள் அத்தனை பிரபலமில்லை. இன்றைக்கு இருப்பதைப் போல ஒரு துறையாக அங்கீகரிக்கப்பட்டிருக்கவில்லை. சிறியளவில் அக்கம்பக்கத்து பெண்களுக்காக வைத்துச் செய்யக் கூடியதாகத் தான் இருந்தது.

நேச்சுரல்ஸின் நிறுவனர் வீணா மற்றும் தலைமை நிர்வாக அதிகாரி சி.கே. குமாரவேல் இருவரும் சவால்களைக் கடந்து வென்ற கதையை நம்மிடம் பகிர்ந்து கொண்டனர்.

முதலில் பேசிய வீணா நிறுவனம் குறித்த யோசனை, அதற்கான முதலீடுகள் மற்ற ஏற்பாடுகள் செய்ததைப் பற்றிக் கூறினார்.

'நான் பிறந்து வளர்ந்தது சென்னையில். எத்திராஜ் கல்லூரியில் பட்டம் முடித்தேன். வணிகப் பின்புலம் கொண்ட குடும்பம் என்பதால், தொழில் தொடங்கும் ஆர்வம் ஆரம்பக்கட்டம் முதலே இருந்தது. ஆனால் திருமணம், குழந்தைகள் என்று சில வருடங்கள் கழித்துத் தான் நிறுவனம் தொடங்கும் சந்தர்ப்பம் அமைந்தது. எந்தத் துறையில் கவனம் செலுத்தலாம் என்று ஆலோசனை செய்துதான் இதைத் தேர்ந்தெடுத்தோம்.

அந்தக் கட்டத்தில் அழகு நிலையங்கள் என்பவை ஒன்று வீட்டளவில் செய்யப்படுவதாக இருக்கும் அல்லது பெரிய அளவில் உள்ளவர்கள் மட்டும் உபயோகப்படுத்தும் வசதியாக இருக்கும். அதை அனைவருக்கும் கிடைக்கக்கூடிய ஒன்றாகச் செய்யவேண்டும் என்ற விதத்தில் உதயமானது தான் இந்த யோசனை.

'நேச்சுரல்ஸ்' என்ற பெயரை வைத்ததற்கான காரணம், முடிந்தவரை இயற்கைப் பொருட்களை உபயோகப்படுத்தவேண்டும் என்பதற்காகத் தான். முதல் கடைக்கான முதலீட்டுத் தொகை முப்பது லட்சத்தை ஏற்பாடு செய்யப் பல வங்கிகளின் உதவிகளை நாடினோம். சுலபத்தில் எங்களுக்கு அது கிடைக்கவில்லை. கடைக்கான இயந்திரங்கள்

அனைத்தும் அப்போது வெளிநாடுகளில் இருந்துதான் இறக்குமதி செய்ய வேண்டியது இருந்தது. எனவே ஒவ்வொன்றையும் பார்த்துப் பார்த்து தயார் செய்து சென்னை நுங்கம்பாக்கத்தில் எங்களின் முதல் கிளையைத் தொடங்கினோம்.

முதல் மூன்று வருடமும் சவாலாகத் தான் இருந்தது. இருப்பினும் நாங்கள் தொடர்ந்து எங்களின் சேவைகளை மேம்படுத்திக்கொண்டே இருந்தோம். அப்போதெல்லாம் ஐந்து கிளைகளை நிறுவினால் சென்னையை ஓரளவு கைப்பற்றிவிடலாம் என்பதுதான் எண்ணமாக இருந்தது. அது இன்று இந்தியா முழுவதும் விரிவடைந்து இப்போது உலக நாடுகளில் கிளைகளைத் தொடங்குவதற்கான வேலைகளைச் செய்து வருகிறோம்.'

தன்னுடைய இளமைக்காலம், தொழிலில் சந்தித்த வளர்ச்சி வீழ்ச்சிகளைக் குறித்து சி.கே. குமாரவேல் பகிர்ந்துகொண்டவை...

'ஒரு சம்பவம நடக்கும் போது அது முக்கியமில்லாமல் தோன்றும். ஆனால் பிறகு அது ஒரு புரிதலை கொடுக்கும். என்னைப் பொறுத்தவரை, வாழ்க்கை என்பது இவ்வாறு புள்ளிகளைப் பின்னோக்கி இணைத்துப் பார்ப்பது தான்.

என் தந்தை ஓர் உண்மையான தொழில் முனைவர். அவர் செல்வம்மிக்க குடும்பத்தின் ஒரே புதல்வர். அவரின்தந்தை இறந்ததும், அனைத்து முடிவுகளையும் இவரே எடுக்க வேண்டியதாக இருந்தது. அதனால் பல தவறுகள் செய்தார். ஆனால் என்றுமே முயற்சிகளைக் கை விடாதவர். அவருடைய முக்கியத் தொழில், மருந்துகளை மொத்தமாக வாங்கிவந்து சில்லறை வணிகம் செய்வது தான்.

கிட்டத்தட்ட தொண்ணூறு பொருட்கள் வரை வியாபாரம் செய்துவந்தார். அவர் ஒரு புதுமை விரும்பி. எப்போதும் எதாவது செய்து கொண்டே இருப்பார். ஆய்வுக் கூடத்தில் இருப்பார். ஆனால் அப்போது எங்களுக்கு எதுவும் புரியாது.

அப்படி ஒரு சமயம் கண்காட்சிக்காக அவர் சிங்கப்பூர் சென்றபோது அவர் பெட்டியில் வைத்திருந்த ஷாம்பு பாட்டில் உடைந்து அவருடைய துணிகளில் கொட்டிவிட்டது. அதைச் சரிசெய்வதற்கான யோசனை தான் சாஷே பாக்கெட்டுகளில் ஷாம்பூவை தயாரித்து விற்பனை செய்தது.

மருந்துகளை மொத்தமாக வாங்கிச் சிறிய பாக்கெட்டுகளில் விற்பனை செய்கிறோம், ஷாம்பூவை ஏன் அவ்வாறு செய்யக்கூடாது என்ற லிங்க் திங்கிங் *(Link Thinking)* தான் இந்தியாவின் முதல் சாஷே பாக்கெட் 'வெல்வெட்' அறிமுகம் ஆகக் காரணம் ஆனது.

ஷாம்பு செய்யும் வழிமுறைகளை அவரே செய்தார். அவர் இது சார்ந்த புத்தகங்களைத் தொடர்ந்து படித்துவந்ததால், அந்த அனுபவத்தைக் கொண்டு அவரே சுயமாக அனைத்தையும் செய்தார். ஷாம்பு பேக்கிங் இயந்திரத்தையும் அவரே தயாரித்தார். அதாவது இருக்கும் வசதிகளைக் கொண்டு ஒரு பொருளைப் பயனுள்ளதாகக் கொண்டுவருவது தான் தொழில் முனைவது. நிறையப் பணம் வைத்துக்கொண்டு செய்வது வணிகம்.

தொழில் முனைவோர் என்று சொன்னால், அவர்களுக்கு முனைப்பு அதிகமாக இருக்கும். 'இந்தியா டுடே' பத்திரிகையில், சுதந்திர இந்தியாவை மாற்றிய 50 முக்கியக் கண்டுபிடிப்புகள் என்ற

தலைப்பில் ஒரு கட்டுரை வெளியானது. அதில் என் தந்தையின் இந்தச் சாஷே கண்டுபிடிப்பு எட்டாவது இடத்தைப் பிடித்திருந்தது.

அவர் அடிக்கடி சொல்லும் ஒரு விஷயம்... செல்வந்தர்களுக்குக் கிடைக்கும் எல்லா வசதிகளும் எளிய மக்களுக்கும் கிடைக்கவேண்டும் என்பது. மேல்தட்டு மக்கள் மட்டுமே பயன்படுத்தி வந்த ஒரு பொருள் தான் ஷாம்பு. இன்று பட்டிதொட்டி எல்லாம் அது கிடைக்கும் வகையில் அவர் செய்தார்.

'இந்தக் கண்டுபிடிப்பு முக்கியமானது, அதைப் பேட்டண்ட் செய்துவிடு' என்று என் தந்தையின் நண்பர்கள் பலர் சொன்னார்கள். அதற்கு அவரின் பதில் இதுதான். சாஷே பேக்கிங் முறை ஷாம்பூவிற்கு மட்டுமானது அல்ல. அது பல முறைகளில் மக்களுக்கு உதவும் என்று அதைப் பதிவு செய்யாமல் விட்டுவிட்டார். அதுதான் இந்த நாட்டிற்கு அவர் செய்த பங்களிப்பு.

இப்படிப்பட்ட பல விஷயங்கள் என்னைச் சுற்றி நடந்துகொண்டிருந்தன. வினோதம் என்னவென்றால் இப்படியாகப்பட்ட மனிதர்கள், புதுமைகளைக் கொண்டுவரக்கூடியவர்கள் வணிக ரீதியாகப் பெரியளவில் வெற்றியடைவதில்லை. என் தந்தை கூட அப்படித்தான். பல பொருட்களைத் தயாரிப்பார். ஆனால் அவற்றை முறையாகச் சந்தைப்படுத்தி லாபம் கண்டதில்லை.

ஒரு நல்ல பொருள் தானே சந்தையில் வெற்றிபெறும் என்று எண்ணிக் கொண்டிருந்தார். ஒரு கட்டத்தில் என் மூத்த அண்ணன் அவரின் மருத்துவத் துறைப் பணியை விட்டுட்டு 'வெல்வெட்' ஷாம்பூவை வெற்றிகரமாகச் சந்தைப்படுத்தும் பணியில் இறங்கினார்.

என் அடுத்த அண்ணன் சி.கே. ரங்கநாதன் தந்தையின் பெயரை சுருக்கி (சின்னி கிருஷ்ணன்) சிக் ஷாம்பு என்று அறிமுகம் செய்தார். இப்படி என் அண்ணன்கள் சந்தைப்படுத்ததலின் முக்கியத்துவத்தை உணர்ந்து செயல்பட்டதால் நல்ல வளர்ச்சியைப் பெற முடிந்தது.

என் குழந்தைப் பருவத்தின் பாடங்கள் இப்படிதான் எனக்குக் கிடைத்தன. நாங்கள் வீட்டில் கிரிக்கெட், செஸ் என்று தினமும் விளையாடுவோம். காலையில் கிரிக்கெட், இரவில் செஸ். செஸ் ஒரு சுவாரஸ்யமான விளையாட்டு. அதில் எப்போதும் எதிராளியின் அசைவுகளைக் கவனித்துக்கொண்டே இருக்க வேண்டும். அவர்களின் அசைவுகளுக்கேற்ப நாம் நம்மைத் தயார்படுத்திக்கொள்ளவேண்டும்.

இது வணிகத்திற்கு நம் மனதை நாம் அறியாமலேயே தயார்படுத்தும்.

அடுத்தது என் அண்ணனின் அறையில் இருந்த ஒரு போஸ்டர். அதில் 'ஒரு கப்பல் துறைமுகத்தில் இருக்கும் போது பத்திரமாகத்தான் இருக்கும், ஆனால் அவை அதற்காகப் படைக்கப்பட்டது அல்ல'. என்ற வாக்கியம் இருக்கும். அதைப் பார்க்கும்போதெல்லாம் எங்களுக்கு ஓர் உத்வேகம் கிடைத்தது.

வாழ்க்கையின் அடுத்தத் திருப்புமுனை நான் கல்லூரியில் படித்துக் கொண்டிருக்கும்போது நடந்தது. நான் கேன்டீனில் நண்பர்களுடன் தேநீர் அருந்திக் கொண்டிருந்தேன். அப்போது சிலர் வந்து இன்றைக்கு அரங்கில் பேசுவதற்கு எம்.எஸ் உதயமூர்த்தி வந்திருக்கிறார் என்றார்கள். அன்று காந்தி ஜெயந்தி விழா. சரி என்ன தான் பேசுகிறார் என்று கேட்போமே என்று அங்கு சென்றேன்.

அமெரிக்காவின் பாராளுமன்றத்தில் காந்தியின் சிலையை வைத்துள்ளனர். அதற்குக்கீழ் 'தேசப் பிதா' என்று எழுதவில்லை, அவரின் தோற்றம் மறைவு தேதிகள் குறிப்பிடப்படவில்லை. என்ன இருந்தது தெரியுமா..? 'ஒரு தனிமனிதன் வித்யாசத்தை ஏற்படுத்த முடியும்' என்று இருந்தது. அந்த இடத்தில் உங்களை வைத்துப்பாருங்கள் என்றார். அது தான் என்னைச் சிந்திக்கத் தூண்டியது. எனக்கான பதிலை அன்றிலிருந்து தேடத் தொடங்கினேன்.

படிப்பு முடிந்ததும் சில காலம் என் அண்ணன்களுடன் இருந்தேன். அவர்கள் செய்வதைப் பார்த்துத் தொழில் கற்றுக்கொண்டேன். அண்ணன் கண்டிப்பானவர். நள்ளிரவு வரை அலுவலக வேலைகளைப் பார்த்துவிட்டுத் தூங்கப்போனால், அதிகாலை ஐந்து மணிக்கு போன் செய்து வேலை எப்படிப் போய்க் கொண்டிருக்கிறது என்று கேப்பார். 'அண்ணா, தூங்க விடுங்கண்ணா' என்பேன். முடியாது என்ற வார்த்தையே அவருடைய அகராதியில் இருக்காது. தொழிலின் மேல் அவர்களுக்கு அப்படி ஓர் ஈடுபாடு இருந்தது.

இப்படி என் அண்ணன்களிடம் இருந்து கற்றுகொண்டவை ஏராளம். நான் ஆரம்பகட்டத்தில் ராகாஹெர்பல்ஸ் என்ற நிறுவனத்தை நடத்திவந்தேன். அது நல்ல வளர்ச்சியைப் பெற்றது அதன்பின் சில காரணங்களால் நஷ்டத்தையும் சந்தித்தது.

ஒரு கட்டத்தில் என்னைப் பிரச்னைகள் சூழ்ந்து கொண்டன. பல வழக்குகளைச் சந்திக்க வேண்டியிருந்தது. வங்கிக் கணக்குகள் முடங்கி இருக்கும். அதனால் சம்பளம் கொடுப்பதில் சிக்கல்கள் இருந்தன. அப்போது எல்லாம் ஒரு நாளைக் கடப்பதே பெரிய பாடாக இருக்கும்.

என்னுடைய பிரச்சனைகள் அதிகமாக ஆக என்னோடு இருந்தவர்கள் என்னை விட்டுவிலக ஆரம்பித்தார்கள். ஆனால் நான் தளராமல் என்னைத் தயார்ப்படுத்திக்கொண்டேன்.

கடினமான காலகட்டங்களில் இருந்து பாடம் கற்றுக் கொள்ளாவிட்டால் அது தான் தோல்வி என்பதை நான் உணர்ந்திருந்தேன். இந்த ஏற்றத்தாழ்வுகள் தான் என்னை வாழ்வின் அடுத்தக் கட்டத்திற்காகத் தயார்படுத்தின. என்னுடைய 30 - 40 வயதுகளில் பல சவால்களைச் சந்திக்க வேண்டியதாக இருந்தது.

அப்படி நாங்கள் தத்தளித்துக் கொண்டிருந்த காலத்தில் நாங்கள் கரை சேர்வதற்கு உதவிய கட்டை தான் இந்த நேச்சுரல்ஸ் நிறுவனம். என்னுடைய மனைவியின் யோசனையில் தொடங்கப்பட்ட இந்த நிறுவனத்தில் மூன்று ஆண்டுகளுக்குப் பிறகு நான் என்னை இணைத்துக் கொண்டேன்.

அந்த மூன்று ஆண்டுகள் என்னுடைய பிரச்சனைகளை எல்லாம் சரிசெய்து கொள்ளத் தேவையாக இருந்தது. இந்த நிறுவனத்தின் நோக்கம் வெறுமனே அழகுபடுத்தும் சேவைகளைப் பெண்களுக்குக் கொடுப்பது அல்ல. அதைத் தாண்டி பெண்களுக்குப் பெரும் அளவில் வேலைவாய்ப்பை ஏற்படுத்தித்தர வேண்டும் என்பது தான்.

ஆயிரம் சலோன்களை வைக்க வேண்டும் என்று நான் சொல்லும்போது, என்னை நம்பிக்கை இல்லாமல் தான் அனைவரும் பார்த்தார்கள், ஆனால் என்னுடைய கனவைப் புரிந்துகொண்டார்கள். இந்தச் சிந்தனை எங்கள் மனதில் வரக்காரணம் என் தாய். 1979ம் ஆண்டு என் தந்தை இறந்த போது, என் தாய் எங்களை அழைத்து, இனிமேல் நான் தான்

உங்களின் தாய் தந்தை எல்லாம் என்றார். அவர் சொன்ன அந்த வார்த்தை படியே வாழ்ந்து காட்டினார். இளம்வயதிலேயே திருமணம் செய்துகொண்டு வந்த உலகம் அறியாப் பெண்தான் என் தாய்.

ஆனால் என்னையும் என் சகோதரர்களையும் வாழ்வின் உயரங்களை அடையவைக்க என் தாயால் முடிந்தது. ஒரு பெண் வாழ்க்கையை எடுத்து நடத்தத் தொடங்கினால் என்னவாகும் என்பதை என் கண்ணெதிரே பார்த்து தெரிந்துகொண்டவன் நான். அதனாலேயே பெண்களுக்கான தொழில் முனைவு வாய்ப்புகளை ஏற்படுத்திக் கொடுப்பதை இலக்காக வைத்து செயல்பட ஆரம்பித்தோம்.

'Theory of missing women' என்று ஒன்று உள்ளது. பள்ளி, கல்லூரிகளில் பெண்கள் நன்றாகப் படிப்பார்கள். திருமணத்திற்கு முன்பு வரை வேலை செய்வார்கள். அதன் பின் குடும்பம் குழந்தைகள் என்று காணாமல் போய்விடுவார்கள். இந்தச் சுழற்சியை முறியடித்துப் பெண்களுக்கு அவர்கள் கனவுகளை மெய்படுத்திக்கொள்ள நம்மால் முடிந்த வரை உதவ வேண்டும் என்று நினைத்தோம்.

எங்களோடு பங்குதாரர்களாக வரும் பெண்கள் முதலில் தயங்குவார்கள். என் கணவர் / தந்தைக்குத் தான் வியாபாரம் எல்லாம் தெரியும், எனக்கு ஒன்றும் தெரியாது என்பதைப் போலப் பேசுவார்கள். ஆனால் நாளைடைவில் அவர்களின் கணவர்களை விட அதிகம் சம்பாதிக்கத் துவங்கிவிடுவார்கள். நான் பல வீட்டுக் கணவர்களை உருவாக்கியுள்ளேன் என்று சொல்லிக்கொள்ளலாம்.

என் வாழ்வின் ஆரம்பக் கட்டங்களில் எல்லாம் எனக்கு இந்த எண்ணம் இருக்கவில்லை. அவரவர்

குடும்பத்திற்குத் தேவையானதை சேர்த்து வைக்க வேண்டும். குழந்தைகளைச் சந்தோசமாக வைத்துக்கொள்ள வேண்டும் என்பது தான் நோக்கமாக இருந்தது. அதன் பின் வாழ்வின் அடுத்தக் கட்டம். அதில், நிறுவனத்தை நம்பர் ஒன்னாகக் கொண்டு வரவேண்டும் என்ற முனைப்பு, அதற்கான மும்முரம் இருந்தது. அதன்பின் உலக அளவில் சென்றடைய வேண்டும் என்ற எண்ணம் வரும்.

இவையனைத்தும் தாண்டி வந்தால்தான் நம்முடைய உண்மையான நோக்கம் புரியும். அனைவர் வாழ்விலும் இந்த நான்கு கட்டங்கள் வரும். எனக்கும் அப்படித் தான். அப்போதுதான் பெண் தொழில் முனைவோர்களை உருவாக்குவதுதான் நமக்கான இலக்கு என்று புரிந்தது.

ikigai என்ற புத்தகத்தில் வாழ்க்கையின் நோக்கம் என்ன என்பதை அறிய நான்கு விஷயங்கள் உள்ளது என்பதை விவரித்திருப்பார்கள். அதை அறிந்து கொண்டால் நமக்கான இலக்கு என்ன என்பது நமக்குப் புரிந்துவிடும். நூறு கோடிக்கு மேல் பணத்திற்கு மதிப்பு இல்லை. நம்மால் ஒரே சமயத்தில் இரண்டு பென்ஸ் காரில் போகமுடியாது. ஒரே நேரத்தில் ஏழு பஞ்சு மெத்தைகளில் புரள முடியாது. எனவே அதைத் தாண்டி இருக்கும் வாழ்க்கையை உணர பழக வேண்டும்.

இளைஞர்கள் படிப்பு முடிந்ததும் தொழில் தொடங்க வேண்டாம். முதலில் கற்றுக் கொள்வதற்காகப் பல இடங்களில் வேலை செய்யவேண்டும். பல்துறை அனுபவங்களைப் பெற வேண்டும். *20 - 30* வயதுகளைக் கற்றுக் கொள்வதற்காக உபயோகப்படுத்திக்கொள்ள வேண்டும்.

போல் வால்ட் என்று ஒரு விளையாட்டு உள்ளதல்லவா? அதில் ஒரு நீண்ட கைத்தடியை பிடித்துக்கொண்டு உயரம் தாண்ட வேண்டும். உயரத்தைத் தாண்டியபின் அந்தத் தடியை விட்டுவிடவேண்டும், இல்லாவிட்டால் அது ஃபவுல். அப்படித் தான் நாம் செய்யும் வேலை.

ஒரு கட்டத்திற்குப் பின் அனுபவத்திற்காக நாம் செய்யும் வேலையை விட்டுவிட்டு நம் கனவை நோக்கிப் பயணிக்கவேண்டும். குடும்பம் குழந்தை என்று சாக்குச் சொல்லிக்கொண்டு அந்த வேலையையே கையில் பிடித்துக்கொண்டிருந்தால், சாதாரணமான வாழ்க்கை தான் மிஞ்சும்.'

அப்பா ஊட்டிய சோறு!

— திவ்யா சத்யராஜ்

திவ்யா சத்யராஜ். இந்தியாவின் முன்னணி ஊட்டச்சத்து நிபுணர்களுள் ஒருவர். இந்தத் துறை சார்ந்து குறிப்பிடத்தக்க சமூகப் பணிகளைத் தொடர்ந்து செய்துவருகிறார். இவரால் தொடங்கப்பட்ட மகிழ்மதி இயக்கம், ஊட்டச்சத்துக் குறைபாடுகள் உள்ள குழந்தைகளின் உணவுத் தேவைகளைப் பூர்த்திசெய்யும் விதமாகச் செயல்பட்டுவருகிறது.

தன்னுடைய துறை சார்ந்தும், அரசியல், விளையாட்டு, விவசாயம் என்று அவர் இயங்கிவரும் மற்ற களங்களைப் பற்றியும் நம்மிடம் பேசினார்.

‘நான் பிறந்து வளர்ந்தது எல்லாம் சென்னையில்தான். சர்ச் பார்க் பள்ளியில் படித்தேன். பட்டப்படிப்பு எத்திராஜ் கல்லூரியில். என்னுடைய சிறு வயதில் நான் சரியாகச் சாப்பிடமாட்டேன். காலனியிலேயே

நான் தான் ஒல்லியான குழந்தையாக இருந்தேன். பொதுவாக அப்படியிருக்கும் குழந்தைகளைப் பயமுறுத்திச் சாப்பிட வைப்பார்கள். அவ்வாறு செய்தால் குழந்தைகளுக்கு உணவின் மீது வெறுப்பு வந்துவிடும் என்று என் பெற்றோர் என்னிடம், நீ சரிவரச் சாப்பிட்டால்தான் ஆரோக்கியமாக இருக்கமுடியும், நன்றாக ஓடியாட முடியும் என்று சொல்லி உணவு கொடுப்பார்கள்.

சிறு வயதில் என் தந்தை தான் எனக்கு உணவு கொடுப்பார். அப்படி வீட்டு மாடியில் வைத்து உணவு ஊட்டும் போது, காய்கறி உணவுகளின் நன்மைகளை எடுத்துச் சொன்னார். கேரட் சாப்பிட்டால் கண்களுக்கு நல்லது, பாலில் இருக்கும் சத்துக்கள் என்று அவர்கள் ஒவ்வொரு உணவை பற்றிச் சொல்லச்சொல்ல, அதைப் பற்றி மேலும் தெரிந்துகொள்ளும் ஆர்வம் வந்தது. அதுதான் என்னை ஊட்டச்சத்து துறையை எடுத்துப் படிக்கத் தூண்டியது.

உடல் உபாதைகளை எப்படி உணவின் மூலம் சரிசெய்து கொள்ளலாம் என்பதைத் தெரிந்து கொள்ளும் ஆசை வந்தது. அவர்கள் எனக்குப் பெரியதாக மருந்துகளைக் கொடுத்ததே இல்லை. அப்படியே உடல் நலக்குறைவு வந்தாலும் அதை உணவுகளின் மூலமே சரிசெய்து விடுவார்கள். அதேபோல அவர் புரட்சித் தலைவர், பெரியார் கதைகளையும் சொல்லியே உணவு கொடுப்பார். அதனால் அப்போதிருந்தே உணவின் மீதும் அரசியலின் மீதும் ஈடுபாடு வரத் தொடங்கி விட்டது.

நாங்கள் ஆரம்பகாலத்தில் சென்னையில் ஒரு சிறிய வீட்டில்தான் இருந்தோம். அப்பா சினிமாவில் வில்லன் கதாபாத்திரங்கள் செய்து கொண்டு

இருந்தார். அம்மா சிறிய அளவில் ஒரு ஐஸ்கிரீம் கடையை வைத்திருந்தார்.

நான் பள்ளியில் படிக்கும் போதே, என்னை இந்த நடிகரின் மகள் என்பதால் எனக்கு அனைத்தும் கிடைக்கிறது என்ற அடையாளம் வந்துவிடக் கூடாது என்பதற்காகக் கடினமாக உழைத்தேன். வகுப்பில் முதல் மதிப்பெண்கள் எடுப்பதிலிருந்து எனக்கான எல்லாவற்றையும் பெற உறுதியாக இருந்தேன்.

என் பெற்றோர் என்னிடம் கெஞ்சுவார்கள், தயவு செய்து நண்பர்களுடன் வெளியே சென்று வா என்று. சில நாட்களில் என்னிடம் இருந்து புத்தகத்தை வம்படியாக வாங்கி வைத்து வெளியே அனுப்புவார்கள். நான் என்னுடைய பள்ளி, கல்லூரியின் பசுமையான நாட்களைத் தொலைத்துவிடக் கூடாதென்று. அவை திரும்பக் கிடைக்காது என்பார்கள். ஆனால் நான் அப்படிப் போக விரும்பமாட்டேன்.

என் தந்தைக்கு வில்லன் கதாபாத்திரங்களில்தான் தனி அடையாளம் கிடைத்தது. ஆனால் எனக்கு என்றுமே அவரை அம்மாதிரியான வேடங்களில் பார்க்கப் பிடிக்காது. அவர் காதல் கதைகளில் நடித்தால் விரும்பி பார்ப்பேன். கடலோரக் கவிதைகள் போன்ற படங்கள் பிடிக்கும். இப்போதும் கூட வில்லன் கதாபாத்திரம் கொண்ட கதைகளை ஒப்புக்கொள்வதற்கு முன் என்னை எப்படிச் சமாளிப்பது என்று தான் யோசிப்பார். கதை சொல்ல வருபவர்களிடம், வீட்டில் மகள் ஒத்துக் கொள்ள மாட்டார் என்று தான் சொல்வார்.

அவர் என்றுமே குடும்பத்திற்கு நேரம் ஒதுக்கும் ஒரு தந்தையாகத் தான் இருந்திருக்கிறார். எங்களுடைய

பள்ளிக் கதைகள், என்னுடைய நண்பர்கள், அவர்கள் பற்றிய விஷயங்கள் எல்லாமே அவருக்குத் தெரியும். இவ்வளவு ஏன்... எனக்கு மாதவிடாய் வரும் தேதிகள் பற்றிக்கூட அவருக்குத் தெரியும். எப்போதும் என் நண்பராகத் தான் இருக்கிறார்.

எனக்கு ஹாக்கி, கூடைப்பந்து, கால்பந்து போன்ற விளையாட்டுகள் பிடித்தமானவை. இப்போதெல்லாம் ஹாக்கி விளையாடுவதற்கு அணிகள் கிடைப்பதில்லை. ஆனால் கூடைப்பந்து, கால்பந்து ஒவ்வொரு வாரமும் விளையாடிவருகிறேன். நான் ஒரு *cyclist.* எங்கு செல்ல வேண்டுமென்றாலும் சைக்கிளில் போகவே விரும்புவேன். பக்கத்தில் நீல்கிரிஸ் போவதாக இருந்தாலும், சத்யம் தியேட்டரில் படம் பார்பபதாக இருந்தாலும் எல்லாமே சைக்கிளில் தான்.

நான் எந்தத் துறையைத் தேர்ந்தெடுக்க வேண்டும் என்ற குழப்பங்கள் எனக்கு இருந்ததே இல்லை. உணவு - ஊட்டச்சத்துத் துறை சார்ந்து என் பணிகளைத் தொடங்கினேன். குழந்தைகளுக்கு என்ன மாதிரியான ஊட்டச்சத்து சார்ந்த பிரச்சனைகள் உள்ளன, அவை எந்த வைட்டமின் குறைபாட்டால் வருகின்றன போன்றவற்றை ஆராய்ந்து தெரிந்து கொண்டேன். அவற்றைச் சரி செய்ய என்ன செய்யவேண்டும், அவர்களுக்கு அவர்களின் வயதிற்கேற்ற உயரம், எடை உள்ளதா என்ற விவரங்களை எல்லாம் நான் என்னுடைய பணியின் ஆரம்பக் கட்டங்களிலேயே செய்யத் தொடங்கியிருந்தேன்.

என் பணிகளை மேற்கொள்வதற்குத் தேவையான உழைப்பை கொடுக்கத் தயங்க மாட்டேன். நான் ஒன்றும் அறிவான மாணவி எல்லாம் இல்லை.

ஆனால், நிறையப் படித்து, தெரியாததைத் தெரிந்துகொள்வேன். என் உழைப்பின் மேல் எனக்கு நம்பிக்கை இருந்தது.

நான் முதலில் பணிக்குச் சேர்ந்த இடம் ஹாரிங்டன் ரோட்டில் இருக்கும் பிரஷாந்த் மருத்துவமனை. அங்கே நேர்காணலுக்கு மூன்று மணி நேரம் காத்திருந்து, பலகட்ட நேர்முகத் தேர்வுக்குப் பிறகுதான் வேலை கிடைத்தது.

நான் அங்கு சேர்ந்து பல மாதங்களுக்குப் பிறகு தான் என்னுடைய தந்தை யார் என்பதே அங்கு இருப்பவர்களுக்குத் தெரிய வந்தது. இப்படி எனக்கான அடையாளத்தை நானே உருவாக்கிக் கொள்வதுதான் என் லட்சியமாக இருந்தது.

அங்கு ஒன்றரை ஆண்டுகள் வேலை செய்தபின் நுங்கம்பாக்கத்தில் என்னுடைய சொந்தக் கிளினிக்கைத் தொடங்கினேன்.

எந்தத் துறையிலும் குற்றங்கள் நடக்கக் கூடாது. அதுவும் மருத்துவத் துறையில் நடக்கவே கூடாது. இந்தத் துறையில் அலட்சியம் ஆபத்தானது. சில மருத்துவர்கள் சரியான நெறிமுறைகளைக் கடைப்பிடிப்பதில்லை.

ஒன்றிரண்டு நிமிட ஆலோசனைக்கு இரண்டாயிரம், மூன்றாயிரம் ரூபாய் வாங்குவது, சிகிச்சைக்கு வருபவர்களிடம் செய்யப்படும் முறைகேடுகள் என்று எதுவுமே நான் எப்போதும் ஒத்துக்கொள்ளாத ஒன்று. இது போன்ற தவறுகளைத் தடுத்து நிறுத்தி கட்டுப்படுத்த வேண்டும் என்பதை எனக்கு இருக்கும் சவாலாக நான் கருதுகிறேன்.

இன்ஸ்டாகிராமில் இப்போதெல்லாம் *influencer* என்ற பெயரில் பலரும் கண்டதைப் பேசி வருகின்றனர். ஆலோசனை என்று அவர்கள் சொல்லும் விஷயங்கள் சில அபத்தமானவை. அவற்றை நாம் கண்மூடித்தனமாகப் பின்பற்றக் கூடாது. உதாரணத்திற்கு, உடற்பயிற்சி, பெண்களின் மாதவிடாய் பற்றிப் பேசுபவர்கள் உண்மையில் மருத்துவர் அல்லது அந்தத் துறையில் தேர்ந்தவரா என்று பாருங்கள். அவர்களின் உண்மைத்தன்மையைப் பற்றித் தெரிந்துகொள்ளுங்கள்.

அதேபோலப் பிரபல நடிகைகளுக்குச் சிகிச்சை அளிக்கும் மருத்துவர் என்ற ரீதியில் ஒரு மருத்துவரைத் தேர்ந்தெடுப்பதும் தவறு. போகிற போக்கில் பேசிவிட்டுச் செல்பவர்களை நம்பி விபரீதத்தில் சிக்கிக் கொள்ள வேண்டாம்.

என்னுடைய களப்பணிகளில் முக்கியமான அம்சம், இப்போது நான் தொடங்கியிருக்கும் மகிழ்மதி இயக்கம். இது ஊட்டச்சத்துக் குறைபாடுகள் உள்ள குழந்தைகளுக்காகத் தொடங்கப்பட்டது. இது என் மனதில் பல ஆண்டுகளாக இருந்த ஒரு திட்டம் தான். ஆனால் இதை உடனே தொடங்க வேண்டும் என்று நினைக்க வைத்த நிகழ்வுகள் இரண்டு.

ஒன்று கொரோனா. அது அனைவருக்குமே சவாலான காலகட்டம். பொருளாராதர ரீதியில் சிரமங்களைச் சந்திக்கவேண்டிருந்தது.

தொற்றுக் குறையத் தொடங்கியதும் முதலில் திறக்கப்பட்டவை பல்பொருள் கடைகள். அப்படி நான் ஒரு நாள், வீட்டிற்குப் பக்கத்தில் இருந்த பல்பொருள் கடைக்குச் சென்றிருந்தேன். அப்போது அங்கு ஒரு பெண் வந்தார். கையில் விலையுர்ந்த கைப்பை வைத்திருந்தார்.

கடையில் இருந்து தன்னுடைய செல்லப் பிராணிக்காகக் காஸ்ட்லி உணவு வகைகளை வாங்கிக்கொண்டு வெளியே வந்தார். அவர் பின்னே நானும் வந்தேன். அங்குப் பசியில் வாடிக்கொண்டிருந்த சில குழந்தைகள் இந்தப் பெண்ணிடம் வந்து பிச்சை கேட்டு கொண்டிருந்தனர். அவர் அதைக் கண்டுகொள்ளாமல் சென்றுவிட்டார்.

அப்போது எனக்குத் தோன்றியது இதுதான். ஒரு வசதியான வீட்டின் நாய்க்குட்டிக்கு கிடைக்கும் உணவு கூடப் பல ஏழைக் குழந்தைகளுக்குக் கிடைப்பதில்லை. மகிழ்மதி இயக்கத்தை நாம் உடனே ஆரம்பிக்க வேண்டும் என்று அந்த நொடியில் முடிவெடுத்தேன். அதேபோல, பெருந்தொற்றுக் காலத்தில் இதைச் செய்தால் தான் பலருக்கும் உதவியாக இருக்கும் என்றும் தோன்றியது. இருப்பினும்அப்போது உதவியாளர்கள்கிடைப்பதில் சிக்கல்கள் இருந்தது. கட்டுப்பாடுகள் இருந்ததால், என் அக்கம்பக்கத்து நண்பர்களைச் சந்திக்கவே மாதக் கணக்கில் ஆனது.

இந்தஇயக்கத்திற்குத்தமிழ்ப்பெயர்வைக்கவேண்டும் என்பது தான் எண்ணம். என் தாயின் பெயர் மஹேஸ்வரி. அவரை 'மகி' என்று அழைப்பார்கள். அதேபோல நான் புறநானூறு போன்ற நூல்களைப் படிப்பதுண்டு. அதில் ஆராய்ச்சி செய்ததில் 'மகிழ்மதி' என்ற பெயர் வந்தது. அதேசமயத்தில் தந்தை நடித்த பாகுபலி திரைப்படத்திலும் இந்தப் பெயர் வரவே, அதையே பெயராக வைத்து விட்டேன். தமிழ் நாடு முழுவதும் இந்தச் சேவைப் பணிகளை மேற்கொள்வதற்கான திட்டங்கள் இருக்கின்றன.

ஆரம்பத்தில் *'fortified'* அரிசியை விநியோகம் செய்ய ஆரம்பித்தோம், ஆனால் கம்பு, ராகி

போன்றவைகளைக் கொடுக்கவேண்டும் என்பது தான் என்னுடைய விருப்பம். ஏனென்றால் இரும்புச் சத்து குறைபாடு - ஹீமோகுளோபின் அளவுகளைச் சீராக்கும் உணவுகள் தேவையானவர்களைச் சென்றடைய வேண்டும்.

நான் கவனம் செலுத்த விரும்பும் மற்றொரு விஷயம், பெண்களின் ஆரோக்கியம் - உடல்நலன். அதில் அக்கறை செலுத்தாமல் பெண் சுதந்திரம், பெண்கள் முன்னேற்றம் பற்றிப் பேசி பலனில்லை. உதாரணத்திற்கு இன்று உங்களுக்கோ எனக்கோ உடல்நிலை சரில்லாமல் இருந்திருந்தால், இந்த உரையாடலே நிகழ்ந்திருக்காது. அத்தனை அடிப்படையானது ஆரோக்கியம். அதேபோல விவசாயம்.

சிறு குறு விவசாயிகளுக்கு அவர்களின் வளங்களை எப்படிச் சரியான முறையில் உபயோகப்படுத்துவது என்று கற்றுத்தரும் ஏற்பாடுகளை மேற்கொள்ள வேண்டும். நான் நினைப்பது என்னவென்றால், பெரியளவில் நிலம், தோட்டம் வைத்திருப்பவர்கள், இதுபோன்ற சிறு குறு விவசாயிகளுக்குத் தங்களால் இயன்ற உதவிகளைச் செய்ய வேண்டும். ஆனால் அப்படி எளிதில் யாரும் உதவிகளைச் செய்ய முன் வருவதில்லை. அதேபோல, அவர்களின் தோட்டங்களில் வேலை செய்பவர்களை அவர்களின் குடும்பத்தினரை போன்று பார்த்துக் கொள்ள வேண்டும். அவர்களுக்குத் தேவையான வசதிகளைச் செய்துகொடுக்க முடிந்தால் நன்றாக இருக்கும்.'

வெற்றி என்பதை உங்கள் பார்வையில் எப்படி வரையறுப்பீர்கள்?

‘பொதுவாகவே பலரும் சொல்வது, என்னை ஊக்கப்படுத்த யாருமில்லை. எனக்கு யாரும் உற்சாகம் அளிக்கவில்லை என்பதுதான். அது முற்றிலும் தவறு. உற்சாகமும், துணிவும், நம்பிக்கையும் நமக்கு உள்ளிருந்து வருவது . அதை யாரும் வெளியிலிருந்து நமக்கு அளிக்க முடியாது.

இன்று என்னிடம் சிகிச்சை-ஆலோசனைகளுக்காக வருபவர்கள் ஒரு திரை நட்சத்திரத்தின் மகள் என்பதால் வருவதில்லை. அவர்களின் உடல்நலப் பிரச்சனைகளை என்னால் தீர்க்க முடியும் என்கிற நம்பிக்கையில்தான் என்னிடம் வருகிறார்கள். அந்த அடையாளம் தான் என்னுடைய உழைப்பின் பலன். நம் சுய உழைப்பின் மூலம் கிடைத்த வெற்றி என்பது கொண்டாடப்படவேண்டியது.’

படிப்புதான் எல்லாம்!

– மகேஷ் குமார்–ரம்யா, MR மோட்டார்ஸ்

பலமான பொருளாதாரப் பின்னணி இல்லை. தொழில் துறை பற்றிய அறிமுகமோ அனுபவமோ இல்லை. தங்களுக்கிருந்த மென்பொறியாளர் வேலையையும் வேண்டாம் என்று எழுதிக் கொடுத்தாகி விட்டது. கடனின் கையைப் பற்றிக் கொண்டுதான் தங்கள் கனவுகளை நோக்கி பயணத்தைத் தொடங்கினார்கள் மகேஷ் குமார் - ரம்யா தம்பதி.

தொலைநோக்குப் பார்வை கொண்ட திட்டமிடல், தீர்க்கமான முடிவுகள், இவற்றைத் தூண்களாக அமைத்து தான் *MR* குழுமத்தைத் தோற்றுவித்திருக்கிறார்கள். பொறியியல் பட்டதாரி தம்பதியான இவர்கள் *MR* மோட்டார்ஸ், வணிக வளாகங்கள் என ஆட்டோமொபைல் மற்றும் ரியல் எஸ்டேட் துறையில் கால்பதித்து வென்ற கதை இங்கே.

முதலில் பேசியவர், மகேஷ் குமார். 'நான் என்னுடைய மென்பொருள் நிறுவன வேலையை விடும்போது, மாதத்திற்கு லட்சங்களைத் தரும் வேலையை விடுவது பைத்தியக்காரத்தனம் என்று என் முகத்திற்கு நேராகவே சொன்னார்கள். நான் கண்மூடித்தனமான நம்பிக்கையில் அந்த முடிவை எடுக்கவில்லை. என்ன செய்யப்போகிறோம், ஏது செய்யப்போகிறோம் என்று ஆலோசித்துப் பின்னர்தான் இறங்கினேன்.

என்னுடைய பெற்றோர் குறு விவசாயிகள். பள்ளிக்குத் தினமும் இரண்டு கிலோமீட்டர்கள் நடந்து சென்று படிக்க வேண்டிய நிலைமை தான். பின்னர் அதையும் மூடி விட்டார்கள். எங்களுடையது மேட்டுப்பாளையத்திற்குப் பத்துக் கிலோமீட்டர் தொலைவில் இருக்கும் சிறிய ஊர். ஆனால் என்னுடைய தாய் வழி தாத்தா, பாட்டி மேட்டுப்பாளையத்தில் இருந்தார்கள். அதனால் என் பெற்றோர் மேட்டுப்பாளையத்தில் இருக்கும் பள்ளியில் என்னைச் சேர்த்து விட்டார்கள்.

பள்ளிக் காலம் முழுவதும் பாட்டி தாத்தாவின் வீட்டிலேயேதான் வளர்ந்தேன். என்னுடைய பெரியம்மாவும் அவருடைய மகனும் அங்குதான் இருந்தனர். என் தாத்தா ஒரு பெரிய தோட்டத்தை நிர்வாகம் செய்யும் பொறுப்பில் இருந்தார். அவர் பெரிதாகப் படிக்கவில்லை, ஆனால் என்னைப் படிக்க வைக்க வேண்டும் என்ற ஆர்வம் அவருக்கு அதிகமாக இருந்தது.

நான் பத்தாவது வகுப்புப் படித்துக்கொண்டிருந்த நேரம். அங்கு டெக்ஸ்டைல் தொழிற்சாலைகள் வந்து கொண்டிருந்தன. அதில் வேலைக்குச் சேர்ந்துவிடலாமே, உன் எதிர்காலம் நன்றாக இருக்கும்

என்று தந்தை சொன்ன போது, "இல்லை அப்பா. எனக்குப் பொறியியல் படிக்க வேண்டும் என்ற ஆர்வம்தான் இருக்கிறது" என்றேன். அவர் என்னை டிப்ளமோ படிப்பை எடுத்துப் படிக்கச் சொன்னார். என் விருப்பமோ பதினொன்று பன்னிரண்டாம் வகுப்பைத் தொடர வேண்டும் என்பதுதான்.

என்னுடைய அண்ணன் மெக்கானிக் ஆக இருந்தார். விடுமுறை நாட்களில் அவருக்கு உதவியாக இருப்பேன். அது பைக் சார்ந்து பல விஷயங்களைக் கற்றுக்கொள்ளும் வாய்ப்பாக இருந்தது. என் பெற்றோரும் தாத்தா பாட்டியும் ஏழைமையான குடும்பப் பின்னணியைக் கொண்டவர்கள். வேலை செய்து குடும்பத்தைக் காப்பாற்றும் சூழ்நிலை தான் இருந்தது. அதனாலேயே நான் நன்றாகப் படித்து முன்னேற வேண்டும் என்று அவர்கள் என் மீது அக்கறை கட்டினார்கள். என் தாய் ஒவ்வொரு வாரமும் என்னைச் சந்திப்பதற்கு மேட்டுப்பாளையம் வருவார். அப்படி அவர் வரும் போதும் அதுபோன்ற அறிவுரைகளைத் தான் தருவார்.

நான் ஒன்றும் வகுப்பில் முதல் மாணவன் எல்லாம் இல்லை. 70 -80 சதவீதம் போலத் தான் வரும். ஆனால் எதைச் செய்தாலும் அதை ஆழ்ந்து புரிந்துகொண்டு செய்யவேண்டும் என்று நினைப்பேன்.

பெருந்துறையில் இருக்கும் கொங்கு பொறியியல் கல்லூரியில் தான் சேர்ந்தேன். நான் கல்லூரியில் சேர்ந்து படிப்பதே என் குடும்பச் சூழ்நிலையைப் பொறுத்தவரை ஒரு புதிய உச்சம், முன்னேற்றம் தான். பணத் தேவைகளைச் சமாளிப்பது சுலபமாக இருக்கவில்லை. நான் பணத்தை மிச்சம் செய்வதற்காகத் தினமும் கல்லூரிக்குப் பேருந்தில் சென்று கொண்டிருந்தேன்.

மேட்டுப்பாளையத்தில் இருந்து பெருந்துறை எண்பது கிலோமீட்டர்கள். தினமும் காலை 6.30 மணிக்கு போவதும், மலையில் ஏழு மணிக்கு வீடு திரும்புவதுமாக இருந்தேன். முதல் வருடம் முழுவதும் இப்படித்தான் கழிந்தது. அடுத்த வருடம், கல்விக் கடன் கிடைத்தது. அதனால், கல்லூரி விடுதியில் சேர்ந்தேன். ஆனாலும் செலவுகள் சமாளிக்கமுடியாததால், திரும்பவும் பேருந்து பயணத்தைத்தான் தேர்ந்தெடுக்க வேண்டியதாக இருந்தது. அதோடு மேலும் பணத்தைச் சேமிப்பதற்கு, என் பெரியம்மாவின் மெஸ்ஸில் அவருக்கு உதவியாகவும், என் தங்கையுடன் சேர்ந்து பள்ளி மாணவர்களுக்கு வீட்டுப்பாடங்கள் எடுத்தும் எங்கள் பணத் தேவைகளைச் சமாளித்துவந்தோம்.

கல்லூரியில் ஆறாம் செமெஸ்டரில் ஒரு ப்ராஜெக்ட் இருந்தது. நாங்கள் ஒரு தொழில் யோசனையையும் அதை ஆரம்பிப்பதற்கு ஒரு ரிபோர்டையும் தயார் செய்து, அதை வங்கிக்குக் கொடுக்கும் வகையில் சமர்ப்பிக்க வேண்டும். அப்போதும் நான் ஒரு இருசக்கரவாகனஷோரூம் தொடங்கத் தேவைப்படும் ரிப்போர்ட்டை தான் தயார்செய்து கொடுத்தேன்.

படிப்பு முடிந்ததும், கோவைக்கு அருகில் கருமத்தம்பட்டி என்ற ஊரில் டிசைன் என்ஜினீயராக ஒரு நிறுவனத்தில் வேலைக்குச் சேர்ந்தேன். பொதுவாகவே இயந்திரப் பொறியியல் படித்தால் ப்ரொடக்சன் என்ஜினீயர், குவாலிட்டி என்ஜினீயர் என்று பல வேலைகளுக்குப் போகலாம், அதில் டிசைன் என்ஜினீயர் என்பது சற்றே உயர்வான பணி.

அதில் இயந்திரப் பொறியியல் சார்ந்து கற்றுக்கொள்ள அதிகம் வாய்ப்பு இருப்பது டிசைன் என்ஜினீயர்

பணிதான். அந்தப் பணியே எனக்குக் கிடைத்தது. ஒன்றரை வருடம் அங்கு இருந்து விட்டு, அடுத்தது நான் சேர்ந்தது

பிரிக்கால் நிறுவனம். அது கோவையில் ஒரு பெரிய கம்பெனி. அங்கு வேலைக்குச் சேர வேண்டும் என்பது என் கனவும் கூட. அங்கு தான் என்னுடைய மனைவி ரம்யாவை சந்தித்தேன்.' ரம்யா மேற்கொண்டு பேசத் தொடங்கினார்.

'இவருக்கு இருந்ததைப் போல வாழ்க்கை கனவாக, ரத்தத்தில் ஊறிய ஒரு விஷயமாக எனக்குப் பொறியியல் இருக்கவில்லை. என் கதை சற்றே வேறுபட்டது. என்னுடைய பெற்றோர் இருவரும் வேலைக்குச் செல்பவர்கள். தாய் அரசுப் பள்ளியில் ஆசிரியர். சிறுவயதில் இருந்தே எனக்கும் என் தம்பிக்கும் அவர்கள் சொன்னது இது தான். வாழ்க்கையைப் பிறரின் தயவின்றி வாழ முடிய வேண்டும், அதற்கு நன்றாகப் படித்துச் சொந்தக் காலில் நிற்கக் கற்றுக்கொள்ள வேண்டும் என்பார்கள். நானும் பொறியியல் படித்துவிட்டு வேலைக்குச் சேர்ந்தேன்.

இப்போது தொடர்ந்த மகேஷ் குமார் : ரம்யா, பத்து, பன்னிரண்டு வகுப்புப் பொதுத்தேர்வில் பள்ளியில் முதல் மாணவி, அதேபோல இரண்டு பொதுத்தேர்வில் கணிதத்தில் நூற்றுக்கு நூறு மதிப்பெண்கள் எடுத்தவர். எங்கள் இருவருக்கும் ஒரு பொது உறவினர் இருந்தார், அவர் மூலம்தான் நாங்கள் சந்தித்தோம். எங்களின் வாழ்க்கையை ஒன்றாகத் திட்டமிட யோசனை வந்தபோது, அதை வீட்டில் இருப்பவர்களிடம் பேசி, அவர்கள் சம்மதத்துடன் அனைத்தும் நிறைவேறியது.

எனக்கு ஒரு தங்கை இருந்ததால், அவரது திருமணத்தை நடத்தி வைத்து விட்டு நாங்கள் திருமணம் செய்து கொண்டோம். அந்தப் பொறுப்புகளை நிறைவேற்றிமுடிப்பதற்கு நாங்கள் இரண்டு வருடம் காத்திருக்க வேண்டிருந்தது. அதற்கிடையில் ரம்யாவுக்கு ராபர்ட் பாஸ் என்ற கம்பெனியில் வேலை கிடைத்தது.

நாங்கள் தொடக்கம் முதலே எங்களின் வாழ்க்கை முடிவுகளைக் கலந்தாலோசித்து, திட்டமிட்டுச் செயல்பட்டு வந்தோம். எனக்கு, இரண்டு மூன்று பெரிய கம்பெனிகளில் வேலை கிடைத்த போது, வாய்ப்பு வந்திருக்கிறது என்று உடனே கிளம்பிச் சென்றுவிடாமல், அதைப் பற்றி யோசித்தோம்.

சில வருடங்களில் எனக்குப் பெங்களூரில் வந்த பணி வாய்ப்பிற்காக, 2007ல் ஒரு கம்பெனியில் சேர்ந்தேன். பின்னர், தங்கையின் திருமணத்தை நடத்தி விட்டு நாங்கள் திருமணம் செய்து கொண்டோம். அது 2008 - 2009 ஆம் ஆண்டுப் பொருளாதார மந்தநிலை உருவாகியிருந்த நேரம் என்பதால், பணி மாறுதல், புதிய நிறுவனத்தில் சேருவது போன்றவை சவாலாக இருந்தது. இதற்கு நடுவில் எங்களுக்குக் குழந்தை பிறந்தது. நான் பெங்களூரிலும், ரம்யா கோவையிலும் வேலை செய்து வந்தோம்.

எப்படியோ ஒரு கட்டத்தில் ராபர்ட் பாஸ்-ல் வேலை கிடைத்தது, ஆனால் என்னைப்

பெங்களூரிலேயே இருக்கச் சொன்னார்கள். அதையும் சமாளித்து இருவரும் ஒரே இடத்திற்கு வந்து சேர்ந்தோம். அப்போது தான் ப்ராஜெக்ட்டிற்காக வெளிநாடு செல்லும் வாய்ப்பு வந்தது.

முதலில் போர்ச்சுகல் சென்றேன். அங்கு மூன்று மாதப் பணி. அதன்பிறகு ஜெர்மனி, அங்கு இரண்டு வருடப் பணி வாய்ப்பு. அப்போது ரம்யாவும் அவரது பணிக்காகச் சில காலம் ஜெர்மனி வந்தார். எங்களின் குழந்தையை ரம்யாவின் தயார் பார்த்துக்கொண்டார்.

ரம்யா: எங்களின் வாழ்க்கையின் அடுத்தக் கட்டத்திற்குச் செல்ல வேண்டும். இருக்கும் கடன்களை முடிக்க வேண்டும். குழந்தைகளுக்கு நல்ல எதிர்காலத்தைக் கொடுக்க வேண்டும் என்பதற்காக இத்தகைய கடுமையான முடிவுகளை எடுக்க வேண்டியது இருந்தது. நாங்கள் இருவரும் எங்களின் வேலையில் மிகவும் கவனமாக இருந்தோம். எங்களின் சிறப்பான உழைப்பைக் கொடுத்தோம். நாங்களும் கற்றுக் கொண்டோம்.

தனக்குக் கிடைத்த வெளிநாட்டு வேலை வாய்ப்பை பற்றிக் கூறிய மகேஷ்குமார் : ஜெர்மனியில் நிரந்தரமாகப் பணி செய்யும் வாய்ப்பு அமைந்தது. அப்படிச் செய்தால், குழந்தையின் படிப்பு, வாழ்க்கை என்று எல்லாமே இங்குதான் இருக்கும். நம்மால் எப்போதும் நம் குடும்பத்தை, நாம் தொடங்கிய இடத்தை மறக்க முடியாது என்று முடிவு செய்து அந்த வேலையை வேண்டாம் என்று உதறிவிட்டு வந்தது தான் எங்கள் வாழ்க்கையின் முதல் திருப்புமுனை.

இருவரும் வேலை செய்வது தற்காலத்திற்குப் போதுமானதாக இருந்தாலும் மாற்று வருமானத்திற்காகக் காரமடையில் யமஹா சப் டீலர்ஷிப் ஆரம்பித்தோம். அதில் சில சவால்களைச் சந்திக்க வேண்டியதிருந்தது. அங்கு டீலர்ஷிப் எடுத்திருந்தவருக்கு நாங்கள் இடைஞ்சலாகத் தெரிந்தோம். எங்களால் அவர்களுடைய கமிஷன்

தடைபடுவதாக எண்ணினார். எங்கள் பகுதியில் வந்து அவர் விளம்பரம் செய்ய ஆரம்பித்தார். இப்படி இடையூறுகள் வந்து கொண்டிருந்தபோது தான் இதை விட்டுட்டு அடுத்தக் கட்டத்திற்குச் சென்றோம்.

ராயல் என்பீல்ட் நிறுவனத்தின் மேட்டுப்பாளையம் டீலர்ஷிப் பற்றிய சேதியை என் மனைவி தான் பார்த்துவிட்டு எனக்குத்தெரியப்படுத்தினார். அவர்கள் இரண்டு வருடமாக அந்த ஊரில் டீலர்களைத் தேடிக் கொண்டிருந்தார்கள். இந்த டீலர்ஷிப் உரிமத்தை வழங்குவதற்குப் பல கட்ட நேர்முகத்தேர்வுகள் இருக்கும். அதில் நம்முடைய பண பலம், துறை சார்ந்த அறிவு அனுபவம், சந்தைப்படுத்தலின் நுணுக்கம் பற்றிய தெளிவு என்று அனைத்தையும் சோதித்துத் தான் அனுமதி கொடுப்பார்கள்.

நாங்கள் அந்த நேர்முகத்தேர்வுக்குச் சென்றிருந்தோம். நானும் என் மனைவியும் பொறியியல் படித்திருந்ததும், ஆட்டோமொபைல் துறை சார்ந்த பணி அனுபவம் பெற்றிருந்ததும் எங்களுக்குப் பெரும் பலமாக அமைந்தது. அதேபோல, நான் மேட்டுப்பாளையம் ஊரை *na* நன்கு அறிந்தவன், எந்தப் பகுதியில் கடை போட்டால் நல்ல வரவேற்பு இருக்கும் என்பதும் எனக்குத் தெரிந்திருந்தது. ஷோரூமிற்கு நான் பரிந்துரைத்த இடங்களும் அவர்களுக்குப் பிடித்திருந்தது.

இந்த டீலர்ஷிப் எடுப்பதற்கான பணத் தேவையாக அவர்கள் ஒரு பெரும் தொகையைக் குறிப்பிட்டிருந்தார்கள். நேர்முகத் தேர்விற்குச் சென்றபோது அதில் ஒரு சிறு பகுதிதான் எங்களிடம் இருந்தது. அவர்கள் கேட்ட முழுத்தொகையையும் தருவதற்குப் பலர் அங்குத் தயாராக இருந்தார்கள்.

அப்படியிருந்தும் அன்று அவர்கள் தேர்ந்தெடுத்தது எங்களைத் தான். இந்தத் துறையில் எங்களுக்கு இருந்த அனுபவம் தான் அன்று கைகொடுத்தது. அது நாங்கள் எதிர்பார்க்காமல் கிடைத்த வாய்ப்பு.

முதலில் ஏரியா சேல்ஸ் மேனேஜர், பின்பு அடுத்தக் கட்ட அதிகாரிகளோடு சென்னையில் கலந்தாய்வு நடந்தது. அனுமதி வந்ததும். நாங்கள் மீதித் தொகைக்காக வங்கிக் கடன் பெற்றோம். அதுவரை எங்களிடம் இருந்த சேமிப்பு, வீட்டுப் பத்திரம் என்று அனைத்தையும் உபயோகப்படுத்தினோம். அதேபோல நான் முழு நேரம் இந்தப் பணியையும், என் மனைவி அவருடைய மென்பொருள் நிறுவனப் பணியையும் தொடரும் விதமாகத் துவக்கினோம்.

முதல் மாதத்தில் அவர்கள் எதிர்பார்த்ததை விட 200 சதவீதம் அதிக விற்பனை ஆனது. பிறகு ஊட்டியில் தனியாக ஒரு டீலர்ஷிப் தொடங்குமாறு கேட்டுக்கொண்டார்கள். அதற்கான வேலைகள், பண ஏற்பாடுகளைச் செய்து ஆரம்பித்தோம். ஒவ்வொரு வாரமும் மூன்று நாட்கள் ஊட்டியிலும் மற்ற நாட்களில் மேட்டுப்பாளையத்திலும் இருக்க வேண்டியது இருக்கும். ஒரு கட்டத்தில் என் மனைவியும் இதில் முழு நேரம் ஈடுபடத் துவங்கினார். அதன் பின்னர் அன்னூரில் ஒரு கிளை துவங்கினோம்.

அவருக்குப் பணி சார்ந்து அனைத்தையும் கற்றுக் கொடுத்திருந்தேன். நான் இல்லாமல்கூட அவரே முழுவதையும் பார்த்துக்கொள்ளும் வகையில்தான் எல்லாம் இருந்தது. இப்படி அனைத்திலும் எனக்கு ஆலோசனை வழங்கி எனக்கு ஊக்கமளிப்பதற்கு என் மனைவி இருப்பது எனக்குப் பக்கபலமாக இருக்கிறது.

எங்கள் நிறுவனத்தில் வேலை செய்பவர்களின் மேல் நாங்கள் எப்போதும் தனிக் கவனம் செலுத்துவோம். ஒவ்வொரு முறையும் அவர்களுடைய சம்பளப் பணத்தை அவர்களிடம் நான் என் கையால் தான் கொடுப்பேன். அப்படிக் கொடுக்கும் போது அவர்களுடைய முன்னேற்றத்திற்கு இன்னும் என்னென்ன செய்யலாம் என்பதனை அறிவுறுத்துவேன்.

நானும் என் மனைவியும் மாதச் சம்பளம் வாங்கும் வேலைகளில் இருந்துதான் இங்கு வந்திருக்கிறோம் என்பதால், எங்களுக்கு ஊழியர்களின் மனநிலை நன்றாகப் புரியும். அதனால், நாங்கள் ஊழியர்களுக்கு அதிகமான சுதந்திரத்தை எப்போதும் கொடுப்போம். அதனால் ஒரு வகையில் நன்மை என்றாலும் சிலர் அதைத் தவறாகப் பயன்படுத்தவும் செய்வார்கள்.

எப்போதும் எதிர்காலத்தை மனத்தில் வைத்து தொலைநோக்காகச் சிந்திக்கும் எங்களின் பழக்கம் தான், பெருந்தொற்றுக் காலத்தில் எங்களைக் காத்தது. சொன்னால் யாரும் நம்பமாட்டார்கள். ஊரடங்குக் கட்டுப்பாடுகள் வருவதற்குச் சிறிது காலம் முன்புதான், தீடிரென்று மூன்று மாதம் நமக்கு வருமானம் இல்லாமல் போய்விட்டால் என்ன செய்வதென்று நாங்கள் பேசிக்கொண்டிருந்தோம். அப்போதே சில யோசனைகள் செய்து அதற்காகச் சேமிப்பை ஒதுக்கிவைத்தோம். ஆனால், அந்த நிலை உண்மையில் நேரும் என்பது அதிர்ச்சியாகத் தான் இருந்தது. நம் குடும்பச் செலவிற்கு, உணவிற்கு மட்டும் பணம் இருக்கிறதா என்ற ரீதியில் அப்போது எங்களால் யோசனை செய்யமுடியவில்லை. எங்களின் எல்லா முடிவுகளும் எங்கள் நிறுவனம், அதை நம்பி இருக்கும் குடும்பங்களையும் சேர்த்து எடுக்கப்பட்டவைதான்.

ஆட்டோமொபைல் சந்தை என்பது எல்லாத் துறைகளைப் போல ஏற்ற இறக்கங்களைக் கொண்டதுதான். வருமானம் வருகிறதோ இல்லையோ செலவுகளை நாம் சமாளித்தாகவேண்டும். அப்போதுதான் நாம் ஒரே இடத்தில் வருமானங்களைப் போடக் கூடாது, கூடுதலாக நமக்கு ஒரு தொழில் வேண்டும் என்ற யோசனைகளில் இறங்கினோம்.

பல துறைகளில் உள்ள வாய்ப்புகளை ஆராய்ந்து தகவல்களைத் திரட்டினோம். நான் என்னுடைய யோசனைகளை என் மனைவியிடம் சொல்லிவிடுவேன். அதனுடைய நல்லது கெட்டதுகளை அறிந்துகொண்டு அதில் மேற்கொண்டு என்ன செய்யலாம் என்பதை என் மனைவி அறிவுறுத்துவார். அவர் ப்ராஜெக்ட் மேனேஜ்மென்ட் துறையில் இருந்ததால் இதுசார்ந்து ஆழ்ந்த அனுபவ அறிவு அவரிடம் இருந்தது.

எங்களுக்கு ஆரம்பகட்டத்தில் முன்னணி நிறுவனங்களில் வேலையைக் கொடுத்தது எங்களின் படிப்பு தான். அந்த வேலையை விட்டுவிட்டுச் சொந்த தொழில் தொடங்கும் தைரியத்தைக் கொடுத்ததும் படிப்புதான். அதில் வந்த சவால்களைச் சமாளித்து எங்களை வாழ்வில் உயர வைத்ததும் அந்தப் படிப்பு தந்த அனுபவம்தான். அதனால் நாங்கள் படித்த கல்லூரிகளுக்கும் மற்ற பள்ளிகளுக்கும் அடிக்கடி சென்று மாணவர்களிடம் உரையாற்றிவருகிறோம். அவர்களது கல்வித் தேவைகளுக்கு எங்களால் ஆன உதவிகளைச் செய்துவருகிறோம்.

கடந்த பத்து வருடங்களாக ஆட்டோமொபைல் துறை இந்தியாவில் ஏற்றத்தில்தான் உள்ளது, அதில்

கடந்த இரண்டு வருடங்கள் மட்டும் குறிப்பிடும் அளவு இல்லை. இப்போது மீண்டும் பொருளாதார மந்தநிலைக்கான அறிகுறிகள் தெரிகின்றன. ஏற்றுமதிச் சந்தையில் அதன் பாதிப்பு ஏற்கனவே தொடங்கிவிட்டது. மென்பொருள் துறையிலும் தான். இதைக் கவனித்து நாம் அடுத்த நகர்வுகளைத் திட்டமிட்டுக் கொள்ள வேண்டும். இங்குத் தான் ரிஸ்க் அனாலிசிஸ் பயன்படும்.

தொழில் தொடங்க விரும்புபவர்கள், தினமும் ஒரு புது நபரிடமாவது பேச வேண்டும் என்ற பழக்கத்தை ஏற்படுத்திக் கொள்ளவேண்டும். எந்தத் துறையிலும் உயர்வு என்று ஒன்று இருந்தால் தாழ்வு வரத்தான் செய்யும், அது மீண்டும் உயரத்தை அடையும். இந்த ஏற்றத்தாழ்வுகளைச் சமநிலையோடு அணுகும் தெளிவு வந்துவிட்டால், அதுதான் வெற்றி.'

ஒரே ஒரு படத்தைத்தான் சிபாரிசு செய்திருக்கிறேன்!

— பரத்வாஜ் ரங்கன்

சினிமா விமரிசகராக தேசிய விருது பெற்றவர், பரத்வாஜ் ரங்கன். பிட்ஸ் பிலானியில் பொறியியல் படித்தாலும், இளம் வயது முதலே கலை- சினிமா சார்ந்து அதிக ஈடுபாடு கொண்டதால், இந்தத் துறையை தேர்ந்தெடுத்தார்.

2003-ம் ஆண்டு தொடங்கிய இவரது சினிமா விமரிசன வாழ்க்கை, நியூ இந்தியன் எக்ஸ்பிரஸ், இந்து போன்ற நாளிதழ்கள் முதல் ஃபிலிம் கம்பேனியன் சவுத், கலாட்டா பிளஸ் என்று இன்றைய இணைய ஊடகங்கள் வரை தொடர்கிறது. வென்ற கதைக்காக பரத்வாஜ் இங்கு பேசுகிறார்:

'நான் பிறந்து வளர்ந்தது எல்லாம் சென்னையில்தான். எனக்கு இளம் வயது முதலே எழுத்தில் ஆர்வம் அதிகம். படங்களும் நிறையவே பார்ப்பதுண்டு. மெட்ராஸ்

பிலிம் சொசைட்டியில் இணைந்திருந்தேன். ஒரு நாள், இயக்குநர் பெலினியின் *(Fellini)* லா ஸ்ட்ராடா *(La Strada)* என்ற இத்தாலியப் படத்தைக் காட்டினார்கள். அதுதான் நான் முதன் முதலில் பார்த்த வேற்று நாட்டுப் (மொழி) படம். அதற்குமுன் தூர்தர்ஷன் சேனலில் பெங்காலி, சைனீஸ் படங்கள், சப் டைட்டில் போட்டுப் பார்த்த பழக்கம் இருந்தது.

அந்தப் படங்கள் நமது கதை சொல்லும் விதத்தில் இல்லாமல் வேறு மாதிரியான கதை நகர்த்தல் கொண்டவையாக இருந்தன. அது எனக்குப் புரியவில்லை, ஆனால் தெரிந்து கொள்ளவேண்டும் என்று விரும்பினேன். USIS (US Consulate)ல் வாராவாரம் புதன்கிழமை கிளாசிக் ஆங்கிலப் படங்கள் போடுவார்கள். அங்கு செல்ல ஆரம்பித்தேன். அதேபோல பிரிட்டிஷ் கவுன்சில், பிரெஞ்சு எம்பசி போன்ற இடங்களில் அவர்களுடைய மொழிப் படங்கள் போட்டுக் காண்பிப்பார்கள். இப்படித்தான் உலகப் படங்கள் எனக்கு அறிமுகம் ஆயின. சினிமாவை நோக்கி என்னை நகர வைத்ததும் அதுதான்.

இன்னொரு பக்கம் பொறியியல் படித்து விட்டு, வேலைக்காக அமெரிக்கா சென்றேன். அங்கு என்னுடைய படம் பார்க்கும் அனுபவம் இன்னும் சிறப்பாக இருந்தது. எனக்குப் பொறியியல் சார்ந்து வேலை செய்யப் பிடிக்கவில்லை. வேறு என்ன செய்வதென்றும் தெரியவில்லை. அடுத்தது என்ன செய்யப் போகிறோம் என்ற கேள்வியில்தான் வாழ்க்கை போய்க்கொண்டிருந்தது.

எனக்குச் சினிமா பிடிக்கும், எழுதுவதும் பிடிக்கும். அந்தக் கட்டத்தில் மேற்கத்திய சினிமா விமரிசகர்கள்

சினிமாவை எப்படி அணுகுகிறார்கள் என்பதையும் ஆழமாகப் படித்திருந்தேன். நம் நாட்டில் அதிகபட்சம் நாலு வார்த்தைகளில், பாடல் நன்றாக இருந்தது, கதை ஓகே, எடிட்டர் கொஞ்சம் நீளத்தைக் குறைத்திருக்கலாம் என்று சொல்லி முடித்து விடுவார்கள். அதைத் தவறாகச் சொல்லவில்லை. அவர்களுக்குக் கொடுக்கப்பட்ட முறையில், நேர அளவில் செய்தார்களா, நிர்பந்தம் காரணமா, இல்லை ஆர்வமே அவ்வளவு தானா என்பது தெரியவில்லை. ஆனால் அந்தக் கலை வடிவத்திற்கான ஒரு மரியாதையை அவர்கள் கொடுக்கவில்லை. யார் வேண்டுமானாலும் சினிமா விமரிசனம் எழுதலாம் என்பது தான் அன்றைய நிலை.

நம் ஊருக்கு இயற்பியலில் நோபல் பரிசு பெற்றவர் வருகிறார் என்றால், அதைப் பற்றித் தெரிந்தவர்களைத் தான் பேட்டியெடுக்க அனுப்புவார்கள். ஆனால் சினிமா விமரிசனங்கள் அப்படிச் செய்யப்படுவதில்லை. நிருபர்களிடம் யாருக்கு அப்போது நேரம் இருக்கிறது என்று கேட்பார்கள், யார் கை தூக்கினாலும் அவர்களைச் சென்று எழுத சொல்லுவார்கள். இதை நானே பார்த்திருக்கிறேன். அதற்கு ஒரு முக்கியத்துவமே கொடுக்கப்பட்டதில்லை. இதையும் நான் தவறு என்று சொல்லவில்லை. சாதாரண மக்களின் பார்வையில் இருந்து ஒரு படம் நன்றாக உள்ளது, இல்லை என்று விமர்சிப்பது நல்லது தான். ஆனால் அதைப் பற்றிய குறைந்தபட்ச ஆய்வு இல்லாமல் எழுதுவது முழுமையைத் தராது. அதை நான் செய்யவேண்டும் என்று நினைத்தேன்.

இயக்குநர் எப்படிக் கதாபாத்திரங்களை வடிவமைத்தார், திரைக்கதை, அது படமாக்கப்பட்ட

விதம் என்று அனைத்தையும் துறை வாரியாக அலசி விரிவான விமர்சனம் செய்ய வேண்டும் என்று விரும்பினேன். அதற்காகவே நான் வெளிநாட்டில் இருந்து கிளம்பி இங்கு வந்தேன். நான் அச்சு ஊடகங்க்ளில் விமர்சனம் எழுத வந்தது ஒரு சுவாரசியமான நிகழ்வு.

என்னுடைய திருப்திக்காக என் விமர்சனங்களை நண்பர்களுக்கு மின்னஞ்சல் அனுப்பிக் கொண்டிருந்தேன். அவர்கள் அதை எனக்குத் தெரியாமல் பலருக்கும் அனுப்பிக் கொண்டிருந்தார்கள். அப்படி ஒரு மின்னஞ்சல் நியூ இந்தியன் எக்ஸ்பிரஸ், சண்டே நியூஸ் எடிட்டர், சுஷீலா ரவீந்திரநாத் அவர்களுக்குச் சென்றது. அவர்கள் அதைப் பார்த்து விட்டு நேராக என்னை அழைத்துப் பேசினார்கள். உங்களின் குரல் மிகவும் சுவாரசியமாக இருக்கிறது, சினிமா விமர்சனத்திற்கு வர முடியுமா என்று கேட்டார்கள். எனக்கோ அதிர்ச்சி- எப்படி இவர்களிடம் நம் மின்னஞ்சல் போய்சேர்ந்து என்று.

ஆனால் உடனே அந்த வாய்ப்பை ஏற்றுக்கொண்டேன். வாய்ப்புகள் வரும்போது அதை நாம் தவற விடக்கூடாது. ஏனெனில் அது மறுபடியும் வராமல் கூடப் போகலாம்.

கிட்டத்தட்ட இருபது வருடங்கள் சினிமா விமரிசகனாக என்னுடைய அனுபவத்தில், நான் ஆரம்பிக்கும் போது எழுத்தாளனாக இருந்தேன். அப்போது எழுதுவதற்கு நிறைய இடம் கிடைக்கும். ஆயிரம் வார்த்தைகள் கூட எழுத விடுவார்கள். ராஜா சென், ஜெய் அர்ஜுன் சிங் போன்றோர் அப்போது விமர்சனங்கள் எழுதி கொண்டிருந்தவர்கள்.

நாங்கள்தான் முதல் தலைமுறை ப்ளாக் ரெவியூவர்ஸ். நான் என்ன செய்தேன் என்றால், என் சௌகரித்திற்காக என்னுடைய விமர்சனப் பதிவுகளை எல்லாம் என்னுடைய வலைப் பக்கத்தில் சேர்த்து வைக்க ஆரம்பித்தேன். நாளடைவில் அது பலரைச் சென்று சேர்ந்தது. பலரும் என் பக்கத்தைப் பார்க்க வந்தார்கள். இப்படி தான் என்னுடைய வளர்ச்சி இருந்தது.

அதன்பின் இந்து நாளிதழில் ஐந்து வருடம் இருந்தேன். 2017-ம் ஆண்டு 'ஃபிலிம் கம்பேனியன் சவுத்' என்ற மீடியா சேனலில் சேர்ந்தேன். அவர்கள் வடக்கில் பிரபலமாக இருந்தார்கள், தென்பகுதியில் அவர்கள் விரிவுபடுத்திய போது அதற்கு என்னை அழைத்தார்கள். அச்சு ஊடகத்தில் இருந்து, இணைய மீடியாவிற்குள் வருவது பற்றி ஆரம்பத்தில் சிறு தயக்கம் இருந்தது.

பலரும் இனிமேல் இந்த மீடியாதான் பிரபலமாக வரப்போகிறது, பிரிண்ட் மீடியாவில் நீ அடைய வேண்டிய உயரத்தை அடைந்து விட்டாய் இனிமேல் இணையம்தான் எதிர்காலம் என்றார்கள். நானும் சினிமா விமர்சனங்கள், நேர்காணல்கள் செய்ய ஆரம்பித்தேன். இப்போது கலாட்டா ப்ளஸ் மீடியாவின் தலைமை எடிட்டராக இருக்கிறேன்.

எனக்குச் சிறு வயதிலிருந்தே தனியாகப் படம் பார்ப்பதுதான் வழக்கம். திரைப்படங்கள் பார்க்கப் போவதற்கு நண்பர்கள் உடன்வர வேண்டும் என்ற எண்ணம் எனக்கு ஒருபோதும் வசதியாக இருந்தது இல்லை. எனக்கும் படத்திற்கும் நடுவில் எதுவும் வரக்கூடாது என்று நினைப்பவன் நான். படத்தின் நடுவில் யாரேனும் வேறு பேச்சை எடுத்தால் நன்றாக இருக்காது. வீட்டில்கூட என்னைக் கேலி

செய்வார்கள்- இவன் கூடப் படம் பார்ப்பது போர் என்று. நான் அம்மாவிடம் முதலிலேயே சொல்லி விடுவேன், தண்ணீர் ஏதாவது வேண்டும் என்றால் இப்போதே சொல்லி விடுங்கள். படத்தின் நடுவே என்னை எழுப்பாதீர்கள் என்று.

அதேபோல விமர்சனங்களை எழுதும்போது நான் யாரிடமும் பேச மாட்டேன். ஒருமுறை டெல்லியில் ஒரு படத்தின் சிறப்புக்காட்சிக்காக நான் என் சக விமரிசகர்ருடன் சென்றிருந்தேன். படம் முடிந்ததும் அப்படத்தின் இயக்குநர் பேசுவார், கேள்விகளுக்குப் பதிலளிப்பார் என்று சொன்னார்கள். நான் உஷாராகப் படம் முடிந்ததும் அங்கிருந்து ஓடியே வந்து விட்டேன். அந்த நண்பர் கூட இதைக் குறித்துக் கேலி செய்து பதிவிட்டிருந்தார்.

இயக்குநர்/ நடிகர் படத்தைக் குறித்துப் பேசுவதைக் கேட்டு, அதன் தாக்கம் என் விமர்சனத்தில் வந்துவிடக் கூடாது என்பதில் கவனமாக இருப்பேன். அவ்வளவு ஏன், படம் பார்க்கும் போது பக்கத்தில் இருக்கும் நண்பர்கள் யாரேனும் ஏதாவது சொன்னால்கூட நம் மனதில் அது பதிந்து விடும். நம்மையே அறியாமல் அந்தச் சிந்தனை வந்துவிடும்.

நான் பொதுவாகவே என்னை விமர்சனத்திற்கு அணுகுகிறவர்களிடம், என்னை வேலைக்கு எடுத்தீர்கள் என்றால் என்னால் முதல் ஆளாக *(First on the web)* எல்லாம் விமர்சனங்களைச் சொல்ல முடியாது என்று சொல்லி விடுவேன். குறிப்பிட்ட நேரத்தை எடுத்துக் கொண்டுதான் என்னால் விமர்சனங்களை வழங்க முடியும் என்பதை அவர்களுக்குப் புரிய வைப்பேன். அவர்களும் அதை ஏற்றுக்கொள்வார்கள்.

கருத்துக் கேட்க வேண்டும் என்பதற்காக, படம் முடிந்து மக்கள் வெளியே வரும்போதே முகத்திற்கு

முன்னால் மைக்கை நீட்டி படம் எப்படி இருக்கிறது என்று கேட்பார்கள். அதற்கும் சூப்பர் என்று எல்லாம்கூடச் சொல்லிச் செல்வார்கள். அது எப்படிச் சாத்தியம் என்று தெரியவில்லை. சில படங்களை நாம் உள்வாங்குவதற்கே சிறிது நேரம் எடுக்கும். சில படங்கள் லேயர்களுடன் இருக்கும். அதை யோசித்துப் பார்த்தால் தான், காட்சிகளுக்குள் இருக்கும் முடிச்சுகள் என்னவென்று புரிய வரும். மிகவும் மோசமான படங்களைப் பற்றிய விமர்சனங்களை எளிதாகச் சொல்லி விடலாம், அதே போல மிகவும் பாதித்த, நல்ல படங்களைப் பற்றியும் சொல்லிவிடலாம்.

இந்த இரண்டிற்கும் இடையில் இருக்கும் படங்கள் பற்றிப் பேசுவது தான் சிரமமான விஷயம்.

இன்றைய தேதியில் ஒரு விமர்சகரின் கணிப்பு படத்தைப் பெரிய அளவில் பாதிப்பதில்லை. இப்போது மக்கள் அதிகம் ரெவியூ போட ஆரம்பித்திருக்கிறார்கள். சினிமா விமரிசகர்களும், பொதுமக்களும் ஒரு படத்தை அது வெளியாகும் நாளன்று காலை முதல் காட்சியைப் பார்க்கிறோம் என்று வைத்துக்கொள்ளுங்கள். நாங்கள் படம் பார்த்து, அதை யோசித்து, எழுதி, அதைத் திருத்திப் பதிவிடுவதற்கு மதியம் ஆகி விடும். ஆனால் இவர்கள் *4.30* மணிக்கே என்ட்ரி செம்ம மாஸ், இன்டெர்வல் பிளேடு என்று ட்விட்டரில் போட ஆரம்பித்துவிடுகிறார்கள். அதுவே மக்கள் மத்தியில் பரவ ஆரம்பித்துவிடும். இதுவே எதிர்பார்ப்பை அதிகரித்துவிடும்.

இப்போதெல்லாம் ஒரு படத்தின் வெற்றி தோல்வி அந்தப் படத்தின் முதல் காட்சியில்

இருந்தே தெரிந்துவிடுகிறது. ஒரு படத்திற்கு முதல் காட்சியில் சரியான விமர்சனம் வரவில்லை என்றால் மாலைக் காட்சிகளுக்கான டிக்கெட்டுகள் கிடைக்கத் தொடங்கிவிடும். இதில் ஒரு பெரிய நன்மை என்னவென்றால், படம் நன்றாக உள்ளதா இல்லையா என்பதைச் சொல்லும் பொறுப்பை இப்போது விமரிசகர்ர்களிடமிருந்து பொதுமக்களே எடுத்துக்கொண்டார்கள். எனவே அந்தத் தலைவலி இல்லாமல், படத்தைப் பற்றி மட்டும் பேசினால் போதும் என்ற நிலை உருவாகி இருப்பது ஒருவகையில் எனக்கு நிம்மதியைத் தரும் விஷயம் தான்.

திரைப்பட அனுபவம் என்பது எனக்கும் ஒரு படத்திற்கும் இருக்கும் உரையாடல் தான். சினிமா விமர்சனம் எப்படி இருக்கவேண்டுமென்றால், படத்தில் இருக்கும் நல்ல விஷயங்கள் - மோசமான விஷயங்களைச் சமமாகச் சீர் தூக்கிப் பார்த்து, எது அதிகமாக இருக்கிறதோ அதைத்தான் படத்தின் மீது நம் பார்வையாக வைக்க வேண்டும்.

என் நினைவில், இத்தனை வருடங்களில் ஒரே ஒரு படத்தைத்தான் நான் சிபாரிசு செய்திருக்கிறேன் .அது சுப்ரமணியபுரம். நான் முதல் முறை அந்தப் படத்தைப் பார்த்து முடித்து விட்டு, வெளியே வந்து உடனே அடுத்த ஷோவிற்கான டிக்கெட் வாங்கிக் கொண்டு போய்ப் பார்த்த படம். ‘தயவுசெய்து இந்தப் படத்தைப் போய்ப் பாருங்கள், தவற விட வேண்டாம்’ என்று நான் எழுதிய ஒரே படம் அதுதான்.

நான் ஒரு படத்தை அணுகும் முறை பற்றிப் பேசவேண்டுமென்றால், பொதுவான பார்வையாளர்களுக்கும் விமரிசகர்களுக்கும் தனியே

எந்தப் பாகுபாடும் இருக்காது. அனைவரும் எப்படிப் பார்க்கிறார்களோ அதேபோலத் தான் நாங்களும். அதாவது ஒரு நகைச்சுவைக் காட்சி ரசிக்கும் படி இருந்தால், அனைவரையும் போல நானும் ரசித்துச் சிரிப்பேன். அதேசமயம் எதனால் அந்தக் காட்சி ரசிக்கும்படி அமைந்தது என்பதும் என் மனத்தில் ஓடிக்கொண்டிருக்கும். அது தான் வித்தியாசம்.

இளையராஜா பாட்டைக் கேட்கிறவர்கள் நன்றாக உள்ளது என்பார்கள். இதுவே சங்கீதம் தெரிந்தவர்கள், அந்தப் பாட்டின் ராகத்தின் தன்மையையும் சேர்த்து உணர்வார்கள் இல்லையா.... அது மாதிரித்தான். கிரிக்கெட் கமென்டேட்டர் விளையாட்டை ரசித்துக்கொண்டே தான் ஒவ்வொரு பந்தின் ஆட்ட நுணுக்கங்களையும் விவரிக்கிறார். இப்படிஅந்த கூடுதல் லேயர் தான் பார்வையாளர்களிடம் இருந்து விமரிசகர்ர்களை வித்யாசப்படுத்துகிறது.

ஏசியன் காலேஜ் ஆஃப் ஜர்னலிசம் கல்லூரியில் நான் விசிட்டிங் ப்ரொபசராக எட்டாண்டுக் காலம் பணியாற்றினேன். 'டாக்கிங் சினிமா' என்பது தான் அந்தப் பாடத்தின் பெயர். ஒருவர் நிமிடம் ஒரு கேள்வியைக் கேட்கும் போது, அதற்கு உடனடியாக நம்மால் பதில் சொல்ல முடிந்தால், அந்தத் துறை சார்ந்து தெளிவு இருக்கிறது என்று நமக்கே உற்சாகம் வரும். அது ஒரு தனித்த அனுபவம்.

எனக்குப் பாடம் சொல்லி கொடுப்பது மிகவும் பிடித்ததாக இருந்தது. இப்படிக் கூடச் சினிமாவை ரசிக்கலாமா என்று நான் பிரமித்துப்போன நாள்கள் அவை. ஒரு காட்சியை மாணவர்களுக்குப் போட்டுக் காண்பிப்பேன். பின்னர், அதையே ஒலி இல்லாமல் காட்டி, காட்சிகள் எப்படி நகர்கிறது என்பதை

அவர்களைப் பார்க்கச் செய்வேன். இப்போது அதிகம் பயணங்கள் மேற்கொள்ள வேண்டியதிருப்பதால், இந்தப் பணியில் கவனம் செலுத்த முடியவில்லை.' என்றார்.

பரத்வாஜ் ரங்கன் பல முக்கியமான நேர்காணல்களைச் செய்திருக்கிறார். மணி ரத்னத்துடன் உரையாடி இவர் கொண்டு வந்த புத்தகம் மணி ரத்னம் என்னும் இயக்குநரின் வாழ்வனுபவத் தொகுப்பாகவே அமைந்ததை நினைவுகூரலாம். தனது நேர்காணல் அனுபவங்களைக் குறித்தும் நம்மிடம் சிறிது பேசினார்:

'நேர்காணல்கள் பல விதமாக இருக்கும். நகைச்சுவை, மக்களைக் கவர்வதற்காகச் செய்யப்படுபவை, பார்வையாளர்களை அதிகப்படுத்துவதற்காக அநாகரிகமான தலைப்புகள் வைப்பது என எதையுமே நான் செய்ய விரும்பமாட்டேன். என்னுடைய வீடியோ தலைப்புகள் நாகரிகமாகத் தான் இருக்கும். நட்சத்திரத்தின் பெயர், நிகழ்ச்சியின் பெயர் மட்டும் தான் இருக்கும்.

சேனல் பக்கத்திற்கு எத்தனை பார்வையாளர்கள் வருவார்கள் என்பதை எல்லாம் நான் மனத்தில் வைத்து எதையும் செய்வதில்லை. கூடுமானவரை வருபவர்களுக்கு மரியாதையைக் கொடுக்கும் விதமாகத் தான் கேள்விகள் இருக்கும். சில சமயம் என்னுடைய விமர்சனங்களை மனத்தில் வைத்துக் கொண்டு எனக்குப் பேட்டி கொடுக்கமாட்டார்கள். இன்னும் சிலர், நாங்கள் பேட்டி கொடுக்கிறோம் ஆனால், நீங்கள் எங்களுக்கு நல்ல விமர்சனத்தைத்தான் தரவேண்டும் என்று கேட்பார்கள். இரண்டு சந்தர்ப்பங்களிலும் அந்த பேட்டி நடைபெறாது.

எனக்கு என்னுடைய ஆரம்பக் காலங்களில் நியூ இந்தியன் எஸ்பிரஸில் கிடைத்த ஜர்னலிசம் பயிற்சிகள் பெருமளவில் உதவியது. நான் நேர்காணல்களுக்குச் செல்லும் போது நான் எழுதி வைத்திருக்கும் கேள்விகளைப் பார்த்து என்னுடைய எடிட்டர் ஆலோசனை வழங்குவார். இந்தக் கேள்வி மூன்றாவதாக வராது, கடைசியாகத் தான் வரும். இதை மத்தியில் இல்லாமல் கடைசியாகக் கேள், அப்போது கேள்வி பிடிக்கவில்லையென்றால் கூடப் பாதியில் எழுந்து போக மாட்டார்கள் என்று எல்லாமே கற்றுத் தந்தார்கள். இன்று இருக்கும் பலரும் இத்தகைய முறையான கற்றல் அனுபவம் இல்லாமல் வருவதால் ஒரு நேர்காணலோ, விமர்சனமோ அதன் நோக்கத்தைப் பூர்த்தி செய்யாமல் போகிறது.

என் அனுபவத்தில் இருந்து சொல்ல விரும்புவது, ஓர் உரையாடல் நன்றாகப் போய்க்கொண்டிருந்தால், தயவுசெய்து கடிகாரத்தைப் பார்க்காதீர்கள். மறுபடியும் இப்படி ஒரு வாய்ப்புக் கிடைக்காமல் போகலாம். அதேபோல அவர்கள் பாணியில் தான் நீங்கள் போகவேண்டும், உங்களின் வேகத்திற்கு அவர்களைக் கொண்டு வர முயலக் கூடாது. அவர்கள் நிதானமாகத்தான் பேசுகிறார்கள் என்றால், அவர்களுக்கான நேரத்தைக் கொடுக்க வேண்டும். அதேபோல நம்முடைய ஆர்வம், பங்களிப்பு மிகவும் அவசியம். கடமையே என்று நாம் ஒரு பேட்டிக்குச் சென்று அமர்ந்தால், அது வெளிப்படையாகத் தெரிந்துவிடும். இவர்கள் கடமைக்காகத் தான் கேட்கிறார்கள் என்று அவர்களும் மேலோட்டமாகப் பதில் சொல்லிவிட்டு நகர்ந்துவிடுவார்கள்.

அதேபோல, நாம் என்னதான் கேள்விகளைத் தயாரித்துக் கொண்டு போனாலும், உரையாடல்

தொடங்கிய ஐந்து நிமிடங்களில் நாம் எழுதி வைத்ததைப் பார்க்க வேண்டிய அவசியமில்லாமல் கூடப் போகலாம். நாம் சிறிதும் எதிர்பாராத ஒரு தகவலை, செய்தியை அவர் சொல்லலாம். எனக்குப் பலமுறை அப்படி நடந்திருக்கிறது.

அப்படி மறக்க முடியாத ஒன்று தான் எஸ். ஜே.சூர்யாவுடனான நேர்காணல். அவர் நான் எதிர்பார்த்ததைவிட மிகவும் நன்றாகப் பேசினார். பொதுவாகவே தத்துவார்த்தமாக ஆழ்ந்த கருத்துகளைப் பேசுபவர்களைப் பிடிக்கும். அன்று அவருடன் உரையாடல் அப்படித்தான் இருந்தது. எனக்கு புதியதாக ஓர் உற்சாகத்தை அது கொடுத்தது.'

தமிழ் திரையுலகில் நடிக நடிகையர், தொழில்நுட்பக் கலைஞர்களுக்கு நிகராகப் பலராலும் பேசப்படுவது பரத்வாஜ் ரங்கன் என்னும் விமரிசகரின் பெயர். இந்த வெற்றியைத் தொட எது காரணமாக அமைந்தது?

'என்னை பொறுத்தவரை வெற்றி என்பது நாம் வெற்றி அடைந்து விட்டோம் என்கிற எண்ணம் வராமல் நம்மை பார்த்துக் கொள்வதுதான். அந்த எண்ணம் மனத்தில் வந்துவிட்டால் நம் வளர்ச்சி மேற்கொண்டு தடைபடும் வாய்ப்பு இருக்கிறது. மாறி வரும் காலத்திற்கேற்ப அடுத்தக் கட்டத்தை நோக்கிப் பயணித்துக் கொண்டே இருக்கவேண்டும். அது ஒன்றுதான் முக்கியம் என்று நினைக்கிறேன்.'

ஒரு லட்சம் இலவச கண் அறுவைச் சிகிச்சைகள்!

— மருத்துவர் ஜி. பக்தவத்சலம்

உலகத்தின் முதல் *4D* அல்ட்ரா சவுண்ட் சிஸ்டம் *(வயர்லெஸ் ட்ரான்ஸ்டுசர்)* நிறுவப்பட்ட மருத்துவமனை. இந்தியாவிலேயே நோயாளியின் விழிப்புநிலையில் இருதய அறுவை சிகிச்சை செய்யப்பட்டது இங்குததான். பல சிக்கலான அறுவை சிகிச்சைகளை வெற்றிகரமாக நிகழ்த்திக் காட்டிய மருத்துவக் குழுவைக் கொண்டது கேஜி மருத்துவமனை.

கேஜி மருத்துவமனை *1974*-ம் ஆண்டு கோவையில் பத்து படுக்கைகளைக் கொண்ட மருத்துவமனையாகத் தொடங்கப்பட்டது. இன்று *72* துறைகள், நூற்றுக்கணக்கான மருத்துவ நிபுணர்கள், ஆயிரக்கணக்கான மருத்துவப் பணியாளர்கள் என்று அனைத்து வசதிகளைக் கொண்ட சூப்பர்

ஸ்பெசாலிட்டி மருத்துவமனையாகச் செயல்பட்டு வருகிறது.

மருத்துவம் மட்டுமின்றி கேஜி கல்வி நிறுவனங்கள், மென்பொருள் நிறுவனங்கள் என ஆலமரமாக விரிந்து நிற்கும் இந்தப் பொதுச் சேவை நிறுவனம் 'தர்மவீரா' கோவிந்தசாமி நாயுடு அவர்களால் அறக்கட்டளையாகத் தொடங்கப்பட்டு மருத்துவர் ஜி.பக்தவத்சலம் அவர்களால் கேஜி குழுமமாகப் பெரு வளர்ச்சி கண்டுள்ளது.

கிட்டத்தட்ட எண்பது வயதிலும், யாருக்கும் சளைக்காத சுறுசுறுப்புடன் இயங்கி வருகிறார். தினமும் காலையில் டாக்டர்களுக்குப் பயிற்சி வகுப்பு, அதற்குப் பிறகு மருத்துவமனை நிர்வாகிகளுடன் ஆலோசனை, தொடர்ந்து மருத்துவப் பணிகள். அதோடு சமூகப் பணிகள், நிகழ்ச்சிகள், மருத்துவக் கருத்தரங்குகள், பொதுநல அமைப்புகளுக்கான பங்களிப்பு என இவரது பணிகள் பிரமிப்பைத் தருகிறது.

ஜனாதிபதியிடம் இருந்து பத்மஶ்ரீ விருது, பிரதமரிடம் இருந்து பி.சி.ராய் விருது, தர்மவீரா என்று இவருக்கு வழங்கப்பட்ட விருதுகளின் பட்டியல் நீண்டுகொண்டே போகிறது. இந்திய அளவிலும், தமிழ்நாட்டு அளவிலும் மருத்துவத்துறை சார்ந்து பல பொறுப்புகளில் இருக்கிறார். டாக்டர் ஜிபி என்று அழைக்கப்படும் கேஜி மருத்துவமனை சேர்மேன் மருத்துவர், பக்தவத்சலத்தின் வென்ற கதை இங்கே.

'ஒரு சிறந்த டாக்டர் உருவாக முப்பத்தைந்து ஆண்டுகள் வேண்டும். அதன்பின் முப்பத்தைந்து ஆண்டுகள் அனுபவம் பெற வேண்டும். படிப்பை ஐந்து வருடத்தில் முடித்து விடலாம்.

பட்டமும் பெற்றுவிடலாம். டாக்டர் என்று கூடச் சொல்லிக்கொள்ளலாம். ஆனால் உண்மையில் மருத்துவராவதற்குக் காலமும் அனுபவமும் வேண்டும். நாம் எப்போதும் நம்மைக் கருவறையில் உட்கார வைத்த அம்மாவை மறக்கக் கூடாது. அதேபோலப் படிப்பறையில் உட்கார வைத்த குருவையும் மறக்கக் கூடாது.

கோயிலும் மருத்துவமனைகளும் தான் மனிதனுக்கு நிம்மதியைத் தரக்கூடிய இடங்கள். மனிதர்களுக்குக் கஷ்டம் வரும்போது, கோயிலுக்குச் செல்ல வேண்டும் என்று நினைப்பார்கள். நடை சார்த்தப்படாத கோயிலின் பெயர்தான் மருத்துவமனை.

கோவைக்கு அருகிலிருக்கும் அன்னூர்தான் என் சொந்த ஊர். பெற்றோர் கோவிந்தசாமி நாயுடு, ருக்மணி அம்மாள். அப்பா ஜின்னிங் பேக்டரி வைத்திருந்தார். அவர் அதிகம் படிக்கவில்லை என்றாலும் அவருக்கு நம்பிக்கை அதிகம். கடவுள் பக்தியும் உண்டு. எனக்கு இரண்டு வயது இருக்கும்போது, ஒரு நாள் உடல்நலக்குறைவு ஏற்பட்டு மருத்துவமனையில் சேர்த்தனர். அப்போது நான் குணமாகி வந்ததும் என்னை மருத்துவம் படிக்க வைப்பதாகப் பிரார்த்தனை செய்துகொண்டார் என் தந்தை. இப்படித்தான் நான் மருத்துவராக வேண்டும் என்பது என்னுடைய இரண்டாவது வயதிலேயே முடிவானது.

அன்னூர் அரசுப் பள்ளியில் படித்தேன். அப்போதெல்லாம் நான் குறும்புக்கார மாணவன்தான். சேட்டைகள் செய்து விழுந்து காயம் ஏற்பட்ட தழும்புகள்கூட இன்னும் இருக்கிறது. எட்டாம் வகுப்புப் படிக்கும் போது

என் தாயார் உடல்நலக் குறைவால் ஆறு மாத காலம் மருத்துவமனையில் சிகிச்சையில் இருந்தார். அப்போதும் என் தந்தை என்னை அழைத்து, "நீ நன்றாகப் படித்து, மருத்துவனாக வேண்டும். நிறையப் பேருக்குச் சிகிச்சை அளிக்க வேண்டும்" என்றார். அதன்பின், பி.எஸ்.ஜி-ல் பியுசி படித்தேன். இன்டர்மீடியட்டாக இருந்து பியுசி-யாக மாறிய கல்வி முறையில நாங்கள் முதல் பேட்ச். பியுசி-யில் நல்ல மதிப்பெண்கள் கிடைத்தது. தந்தையின் ஆசைப்படி, மருத்துவம் படிக்க முடிவு செய்தேன்.

சென்னையில் நேர்காணல். அதுவரை நானோ என் தந்தையோ சென்னை சென்றதேயில்லை. அதுதான் முதல் முறை. நேர்காணலில் தேர்வானேன். முதல் வருடம் திருச்சி செயின்ட் ஜோசப் காலேஜ். அதன் பின்னர், மெட்ராஸ் மெடிக்கல் கல்லூரியில் மருத்துவம் படித்தேன். சென்னை மருத்துவக் கல்லூரியில் நான் மறக்க முடியாத ஒரு பேராசிரியர் டாக்டர் கூப்பர். ஆறரை அடி உயரம் கொண்டவர். அருமையாகப் பாடம் நடத்துவார்.அதேபோல அண்ணாமலை, ராமச்சந்திரன், ரத்தினவேலு, சுப்பிரமணியன் என்று பல ஆசிரியர்கள் என்றும் என் நினைவில் இருப்பார்கள்.

எம்பிபிஎஸ் முடித்ததும் கொருக்குப்பேட்டையில் கிளினிக் தொடங்கினேன். முதல் நான்கு நாட்கள் நோயாளிகளே வரவில்லை. ஐந்தாவது நாள் ஒருவர் வந்தார். விசாரித்ததில் அவர் வளர்க்கும் ஆட்டுக்குட்டிக்கு நலமில்லை என்றார். நான் வெட்னரி டாக்டர் இல்லை என்று சொல்லியும் அவர் கேட்கவில்லை. பரவாயில்லை வந்து பாருங்க என்றார். அவருக்கு ஒரு வழியாகப் புரிய வைத்து அனுப்பினேன்.

நான் படிப்பு முடித்த அதே வருடம் என் மாமன் மகளுடன் திருமணம் நடைபெற்றது. என் மனைவியின் பெயர் தனலட்சுமி.

சென்னை மயிலாப்பூரில் குடியேறினோம். குழந்தைகள் வசந்தி, அசோக் பிறந்தார்கள். மேற்படிப்பான எம்.எஸ். தேர்வில் நான் முதல் முறை தேர்ச்சி பெறவில்லை. அதனால், தற்காலிகமாக ஒரு காசநோய் மருத்துவமனையில் வேலைக்குச் சேர்ந்தேன். அங்கு பேராசிரியர் கதிரேசன் எனக்குக் கற்று கொடுத்தார். ஆறு மாதங்களில் எம்.எஸ். தேர்வில் தேர்ச்சி பெற்றுவிட்டேன்.

அந்தச் சமயத்தில், ராயப்பேட்டை மருத்துவமனையில், பேராசிரியர் சரத் சந்திரா டாக்டராகப் பணியாற்றினார். நல்ல ஆசிரியர்கள்தான் நல்ல மாணவர்களை உருவாக்குகிறார்கள். அதனால், சரத் சந்திராவிடம்தான் வேலை செய்யவேண்டும் என்று முடிவு செய்தேன். சிபாரிசுக்காக அலைந்தேன். அப்போது சுகாதாரத் துறை அமைச்சராக இருந்த சாதிக் பாஷாவை அணுகி, “ராயப்பேட்டை மருத்துவமனையில் வேலை போட்டுக் கொடுங்கள்” என்று கேட்டேன். அவர் மருத்துவக் கல்வி இயக்குநராக இருந்த ஜனார்த்தனனிடம் பேசி எனக்கு அங்கு வேலை வாங்கிக் கொடுத்தார்.

முதலில் கீழ்ப்பாக்கத்தில் பணியிடம் தருவதாகத் தான் சொன்னார்கள். ஆனால் நான் விடாப்பிடியாகச் சரத் சந்திராவிடம் தான் பணிசெய்வேன் என்று கேட்டு அங்கு சேர்ந்தேன். என்னை அங்குப் பார்த்த பேராசிரியர் சரத் சந்திரா, எம்.எஸ் படித்திருக்கிறீர்கள், எத்தனை அறுவைச் சிகிச்சைகளைச் செய்திருப்பீர்கள் என்று கேட்டார். ஒரே ஒரு பைல்ஸ் ஆபரேஷன்

மட்டும்தான் செய்திருக்கிறேன் என்று சொன்னேன். அவர் சிரித்துக்கொண்டே, “சரி. நான் சொல்லி தருகிறேன்” என்றார். என்னைச் சிறந்த அறுவைச் சிகிச்சை நிபுணராக உருவாக்கியவர் அவர் தான்.

ஒரு மருத்துவர் எத்தனை அறுவைச் சிகிச்சைகள் செய்திருக்கிறார் என்பது முக்கியமில்லை, அவர் மூலம் எத்தனை நிபுணர்கள் தயாராகிறார்கள் என்பதுதான் முக்கியம். அந்த வகையில் ஏராளமான அறுவைச் சிகிச்சை நிபுணர்களை உருவாக்கியவர் சரத் சந்திரா. அவர் வழியில் நானும் நிறைய டாக்டர்களை உருவாக்கினேன். 150க்கும் மேற்பட்ட அறுவைச் சிகிச்சை நிபுணர்களுக்குப் பயிற்சி அளித்திருக்கிறேன். என்னிடம் படித்தவர்கள் இன்று பெரிய மருத்துவமனைகளை நடத்தி வருகிறார்கள். அவரவர் துறையில் சிறந்து விளங்கிக் கொண்டிருக்கிறார்கள்.

மாவட்டத் தலைமை அரசு மருத்துவமனையாக இருந்த கோவை மருத்துவமனை, 1968-ல் கோவை மருத்துவக் கல்லூரி மருத்துவமனையாக மாறியது. 1969-ல் அங்கு உதவிப் பேராசிரியராக (அறுவை சிகிச்சை) பணிக்குச் சேர்ந்தேன். 1972 வரைக்கும் 3 வருடம் அங்கு வேலை பார்த்தேன். அப்போது ஆயிரக்கணக்கான அறுவை சிகிச்சைகளைச் செய்தேன். அது மட்டுமல்லாமல், கோவை கிராஸ்கட் ரோட்டில் கிளீனிக்கும் நடத்தினேன். என் குடும்பமும் அன்னூரில் இருந்து கோவைக்கே வந்துவிட்டார்கள். இப்படியே அரசு மருத்துவராகவே இருந்து விடலாம் என்பதுதான் அப்போதைய எண்ணமாக இருந்தது.

அப்போது தான் நண்பரின் மூலம் வெளிநாட்டு வேலை வாய்ப்பு வந்தது. ஏற்கனவே, வெளிநாட்டில்

மருத்துவராக வேலை செய்வதற்கான தகுதித் தேர்வுகளில் தேர்ச்சி பெற்றிருந்ததால், மனைவி, குழந்தைகளுடன் அமெரிக்கா சென்றேன். அதற்குப் பணம் தேவைப்பட்டது. தந்தை கொடுத்த தொகையும், மனைவியின் தங்கச்சங்கிலியையும் வைத்து தான் பயண ஏற்பாடு செய்தேன். சிகாகோவில் இருக்கும் மவுண்ட் சினாய் மருத்துவமனையில வேலைக்குச் சேர்ந்தேன். சில காலம் கழித்து அங்கிருந்து பென்சில்வேனியா மாகாணத்திலிருக்கும் அல்ட்டூனா மருத்துவமனைக்கு மாறினேன்.

ஒரு பக்கம் வெளிநாடு, நல்ல வேலை, இன்னொரு பக்கம் தந்தைப் பாசம். இரண்டில் ஏதாவது ஒன்று என்ற முடிவெடுக்கும் நிலை வந்தபோது, நான் இந்தியா திரும்பிவரும் ஏற்பாடுகளைச் செய்தேன்.

1974-ல் திரும்பவும் அரசு மருத்துவமனையில் வேலைக்குச் சேர்ந்தேன். கோவையில் சொந்தமாக மருத்துவமனை நிறுவலாம் என்று தந்தை யோசனை சொன்னார். *50* சென்ட் நிலம் வாங்கிக் கட்டிடம் கட்டிக் கொடுத்தார். அதற்காக வட்டிக்குக் கடன் வாங்கினார். அன்னூர் கே.கோவிந்தசாமி நாயுடு மெடிக்கல் டிரஸ்ட் மருத்துவமனை என்கிற பெயரில், பத்துப் படுக்கைகள் கொண்ட ஆஸ்பத்திரியை கட்டினோம். பிற்காலத்தில் நான் கே.ஜி. மருத்துவமனை என்று பெயர் மற்றம் செய்தேன்.

அந்தக் காலத்தில் பாலக்காடு, ஹைதராபாத் போன்ற இடங்களில் மட்டும்தான் இ.சி.ஜி. மெஷின் இருந்தது. நான் அமெரிக்காவில் இருந்து வரும்போதே ஓர் இ.சி.ஜி மெஷினும், மூச்சு விட உதவும் மெஷினும் கொண்டு வந்தேன். இங்கு ஓர் எக்ஸ்ரே மிஷின் வாங்கினோம். எட்டுக்கு ஆறு அடியில ஆபரேஷன்

தியேட்டர், டேபிள் போன்ற வசதிகளுடன் மருத்துவமனையைத் தொடங்கினோம்.

உள்ளூர் மருத்துவர்கள் சிலர், இவர் அமெரிக்காவில் இருந்து வந்த மருத்துவர். அமெரிக்காவில் இருந்து இயந்திரங்களையும் கொண்டுவந்துள்ளார். நோயாளிகளைக் கூட வெளிநாட்டில் இருந்து கொண்டு வருவார்களா என்று கேலி பேசினார்கள். மக்கள் சேவைக்காகக் கடன் வாங்கிக் கட்டிய கட்டிடம். இதைப் பற்றி இப்படிப் பேச்சுக்கள் வருகிறதே என்று நான் கவலைப்பட்டேன். தந்தை என்னைத் தேற்றி கொடுத்தார். இரவு பகலாக உழைத்து, படிப்படியாக முன்னேறினோம்.

நான் அமெரிக்காவில் வேலை செய்த போதே அங்கு இருக்கும் தரம் எனக்குத் தெரிந்தது. அதை இங்கும் கொண்டுவர வேண்டும் என்று முடிவு செய்தேன். உலகத்தில் எந்தச் சிறந்த மருத்துவ உபகரணங்கள் வந்தாலும், அதைக் கே.ஜிக்குக் கொண்டு வந்துவிடுவோம். அது மட்டுமில்ல, மருத்துவம் தொடர்பாக ஆயிரம் பேருக்கு மேல் இங்கு படிக்கிறார்கள். ஆனால் எங்கள் வீட்டில் யாரும் மருத்துவம் படிக்கவில்லை. என்னுடைய மகள் வசந்தி, நிர்வாகம் படித்திருக்கிறார். கே.ஜி. மருத்துவமனையை நிர்வகிக்கிறார். மகன் கம்யூட்டர் படிப்பு படித்துவிட்டு, மிகப்பெரிய கம்ப்யூட்டர் சாஃப்வேர் கம்பெனி நடத்துகிறார்.

அவர்களை மருத்துவம் படிக்கவேண்டும் என்று நான் வற்புறுத்தவேயில்லை. மருத்துவம் பணம் சம்பாதிப்பதற்கான வேலை இல்லை, அது சேவை. ஆனால் இந்த நிலை இன்று மாறிவிட்டது.

இந்தச் சமுதாயத்துக்கு ஏதாவது செய்யவேண்டும் என்று தந்தை எப்போதும் சொல்வர். அவருக்குக் கண் பாதிப்பு ஏற்பட்ட போது ரூ.10 லட்சம் செலவு செய்தேன். நம்மால் முடிகிறது என்பதால் செலவு செய்கிறோம். பணம் இல்லாதவர்கள் என்ன செய்வார்கள் என்று தோன்றியது. சரவணம்பட்டியில் கண் மருத்துவமனையைத் தொடங்கினோம். கிட்டத்தட்ட ஒரு லட்சம் பேருக்கும் மேல் முற்றிலும் இலவசமாகக் கண் அறுவைச் சிகிச்சை செய்திருக்கிறோம். நிறையப் பேருக்குக் குறைந்த கட்டணச் சிகிச்சை கொடுக்கிறோம். இதுவரை ஆயிரக்கணக்கானவர்களுக்கு இதய அறுவை சிகிச்சை, சிறுநீரக அறுவை சிகிச்சைகளைச் செய்திருக்கிறோம்.

அதேபோல, என்னுடைய வாழ்வில் சவாலான சோதனைக் காலகட்டம் கோவை குண்டு வெடிப்பு. அப்போது காயமடைந்த நபர்கள் 200 பேருக்குமேல் சிகிச்சை கொடுத்தோம். கொரோனா பெருந்தொற்றுக் காலத்தில் அரசிடம் தடுப்பூசி இல்லாத போதும்கூட இரண்டு கோடி செலவு செய்து தடுப்பூசிகளைத் தருவித்து, பெரிய அளவில் மக்களுக்குத் தடுப்பூசி முகாம்களை நடத்தினோம்.

நான் நேசிக்கின்ற மற்றொரு வேலை ஆசிரியர் பணி. இப்போதும்கூடத் தினமும் புத்தகம் படிக்கிறேன். படித்ததையெல்லாம் மற்றவர்களுக்குப் பகிர்ந்தளித்தால் தானே பலன் இருக்கும். அதனால், கடந்த நாற்பது ஆண்டுகளுக்கும் மேலாகத் தினமும் காலை ஏழு மணிக்கு எங்கள் மருத்துவர்களுக்குப் பாடம் நடத்துகிறேன். அதன்பின் எங்கள் மேலாளர்களுக்கும் வகுப்பெடுக்கிறேன். திருப்தியாக இருக்கிறது.

வெற்றி என்பதைப் பல வகைப்படுத்தலாம். பொருளாதாரம் சார்ந்த வெற்றி. சேவை சார்ந்த வெற்றி. அனைத்துக்கும் மேலாக நாம் செய்யும் பணியில் நமக்கு ஒரு திருப்தி இருக்க வேண்டும். நல்ல மருத்துவத்தைக் கற்றுக்கொள்ள வெளிநாடுகளுக்குப் போகலாம். தவறில்லை. ஆனால் அங்கே படித்துவிட்டு இந்தியாவுக்கு வந்துவிடவேண்டும். நம் அனுபவம் நம் மக்களுக்குப் பயன்படவேண்டும். அது தரும் திருப்திக்கு நிகரே கிடையாது.'

சந்தை பெரிது; சாதனையும் பெரிது!

– தினேஷ் சந்திரசேகர் – பாரதிதாசன் மூர்த்தி

இன்றைய தேதியில் இணையவழிப் பயிற்சி வகுப்புகள் பெற்றுள்ள வரவேற்பைப் பற்றி நாமறிவோம். பெருந்தொற்றுக் காலத்திற்குப் பிறகு இதன் தேவை அதிகரித்தது. ஆனால், அதற்கும் முன்பே இந்தத் துறையில் இருக்கும் சாத்தியங்களை அறிந்து கொண்டவர்கள் *Growth Partners.*

டிஜிட்டல் முறை சந்தைப்படுத்தல் மூலம் நிறுவனங்களுக்கும் குறிப்பாக இணைய நேரலைப் பயிற்சி வகுப்புகளை நடத்துபவர்களுக்கும், ஆலோசனை மற்றும் செயல்பாட்டுத் திட்டங்களை உருவாக்கித் தந்து அவர்களுக்குப் பலமடங்கு வளர்ச்சியை ஏற்படுத்தித் தருகிறார்கள்.

கிட்டத்தட்ட ஐநூறு முதல் ஆயிரம் கோச்சிங் பயிற்சியாளர்களுடன் வேலை செய்த அனுபவம் கொண்டவர் தினேஷ். டிஜிட்டல் மார்க்கெட்டிங்

நுணுக்கங்களில் நிபுணத்துவம் பெற்றவர் பாரதிதாசன்.

சில உதாரணங்கள் சொல்ல வேண்டும் என்றால், இவர்கள் ஒரு அழகுசாதனப் பொருள் நிறுவனத்தின் விற்பனையை ஒரே வருடத்தில் நாலரைக் கோடி ரூபாயாக உயர்த்தியுள்ளனர். அதாவது 18 மடங்கு விற்பனையை அதிகரித்துள்ளனர். யூட்யூப்பில் ஓர் இணைய நேரலைப் பயிற்சி வகுப்பிற்கு 12900 பங்கேற்பாளர்களை வரசெய்திருக்கிறார்கள். ஓர் ஆன்லைன் வகுப்பிற்கு, பயிற்சியாளர் முதலீடு செய்த அளவிற்கான வருமானத்தை ஆறே மாதத்தில் ஈட்டுமளவிற்கு ஆறாயிரத்திற்கும் மேற்பட்ட பங்கேற்பாளர்களை விளம்பரங்கள் மூலம் கொண்டுவந்திருக்கிறார்கள்.

Growth Partners நிறுவனர்கள் பாரதிதாசன் மூர்த்தி மற்றும் தினேஷ் சந்திரசேகர், அவர்கள் வளர்ந்து வென்ற கதையாக நம்மிடம் பகிர்ந்து கொண்டவை :

முதலில் பேசிய தினேஷ், அவரது ஆரம்பக் காலங்களைப் பற்றிச் சொல்ல ஆரம்பித்தார்.

‘நான் பள்ளியில் அமைதியான மாணவன். எனக்கு அதிகம் நண்பர்கள் இருந்தது கிடையாது. எப்போதும் கற்றுக்கொள்ளும் ஆர்வத்துடன் இருப்பேன். யாரேனும் ஒரு பொம்மை வாங்கிக் கொடுத்தால்கூட அதைப் பிரித்து அது எப்படி வேலை செய்கிறது என்று பார்க்க தோன்றும். அப்பா சிவில் என்ஜினீயர். அவரைப் போலவே நானும் பொறியியல் படித்தேன். ஆனால் நாளடைவில் அது எனக்கான படிப்பில்லை என்பது தெரிந்தது.

எனக்கு விருப்பமானதைப் பற்றித் தெரிந்துகொள்ள ஆரம்பித்தேன். கல்லூரியில் படிக்கும் போது

திரைப்படத் துறையில் புகைப்படங்கள் எடுப்பது போன்ற வேலைகள் செய்து வந்தேன். ஒரு கட்டத்தில் வியாபார நுணுக்கங்களைப் பற்றித் தெரிந்துகொள்ள வேண்டும் என்று ஆர்வம் வந்தது. பொறியியல் படிப்பு முடிந்ததும் டான்செட் தேர்வு எழுதி எம்பிஏ படித்தேன். அது முடிந்ததும் எனக்கு இரண்டு வேலை வாய்ப்புகள் இருந்தது. ஒன்று பெரிய கம்பெனியில் இருந்து வந்த வாய்ப்பு. அது அதிகச் சவால்கள் இல்லாத *9 - 5* வேலை தான். இன்னொன்று ஆரம்பநிலை ஏஜென்சியில் வேலை. அதில் தான் நிறையக் கற்றுக்கொள்ளும் வாய்ப்பு இருக்கும் என்பதால் நான் அதில் சேர்ந்தேன். எனக்கு வியாபாரங்களால் தொழில்களை வளர்க்கும் இந்தத் துறை மிகவும் பிடித்திருந்தது.

ஒருவர் தனக்கிருக்கும் திறமையை ஓர் இணையப் பயிற்சி வகுப்பாக மாற்றலாம் என்பதும் அதுவே ஒரு தொழில் வாய்ப்பாக, வருமானம் தரக்கூடியதாக இருக்கிறது என்பதுமே எனக்கு ஆர்வத்தைத் தூண்டக் கூடியவையாக இருந்தன. அறிவை, தொழில்நுட்பத்தை எந்த அளவிற்குப் பயன்படுத்துகிறார்கள் என்பதும் வியப்பாக இருந்தது.

இணைய வர்த்தகம் மூலம் ஒரு தொழில் பத்து வருடங்களில் அடைய வேண்டிய வளர்ச்சியை ஒரே வருடத்தில் ஏற்படுத்திக்கொண்டிருந்தார்கள். அமெரிக்காவில் *2010*-ல் இருந்தே இந்த ட்ரெண்ட் இருந்தது. இங்கு *2015*-ம் ஆண்டு வாக்கில் பிரபலம் பெற ஆரம்பித்தது. அந்த நேரத்தில் இந்த வேலையை நாங்கள் செய்யத் தொடங்கியது பொருத்தமாக அமைந்தது. சரியான சமயத்தில், சரியான இடத்தில் தொடங்கப்படும் பணி அப்போதே பாதி வெற்றியை அடைந்துவிடும் என்பதைப் போலத் தான் இருந்தது.

வெளிநாடுகளில் இந்தத் துறையில் இருக்கும் முக்கிய வளர்ச்சிகளைத் தெரிந்துகொண்டு அதை இங்கு செயல்படுத்தவேண்டும் என்கிற ரீதியில் செயல்பட்டு வந்தோம். நான் டிஜிட்டல் மார்க்கெட்டிங் சார்ந்து தெரிந்துகொள்ள ஆரம்பித்தபோதே பாரதி எனக்கு அறிமுகம். எங்களுடைய ஆர்வம் ஒரே மாதிரியாக இருந்ததால், நாங்கள் அவ்வப்போது சந்திக்கும்போது அதுகுறித்து உரையாடுவதும் கருத்துகளைப் பகிர்ந்துகொள்வதும் வழக்கம். ஆனால் சில ஆண்டுகளுக்கு முன்பு வரை நாங்கள் இருவரும் சேர்ந்து இப்படி நிறுவனம் நடத்துவோம் என்றெல்லாம் நாங்கள் யோசித்துக்கூடப் பார்க்கவில்லை. பாரதிதாசனுக்குத் தமிழ் ஆர்வம் அதிகம். எந்த அளவிற்கு என்றால், நிறுவனத்தின் பெயர் தமிழில் இருக்க வேண்டுமென்று குறுந்தொகை *LLP* எனப் பெயர் வைத்தோம். குரோத் பார்ட்னர்ஸ் என்பது பிராண்ட் பெயர் தான்.'

இப்போது பேசிய பாரதிதாசன் அவரது பள்ளி காலத்தைப் பற்றிப் பகிர்ந்து கொண்டார்.

'என் சொந்த ஊர் திருவண்ணாமலையில் ஒரு கிராமம். அரசுப் பள்ளியில்தான் படித்தேன். அப்போது எனக்குப் பெரிய லட்சியம் எல்லாம் இருந்தது இல்லை. பள்ளியில் படிப்பதே பெரிய விஷயம் தான். அப்பா படிக்கவில்லை என்பதால் என்னைப் படிக்க வைக்க வேண்டும் என்று அவருக்கு ஆர்வம் இருந்தது.

என் கிராமத்திலேயே நான் தான் முதல் பட்டதாரி. என் வாழ்வில் கல்வியின் முக்கியத்துவத்தை நான் அறிந்து வந்த இடம் என் பள்ளிக்கூடம் தான். நான் அண்மையில் அங்கு சென்று தலைமை ஆசிரியருடன் உரையாடிக்கொண்டிருந்தேன்.

அந்த இடம் பசுமை நினைவுகளைத் தந்தது. ஆனால் என் வகுப்பறை இருந்த கட்டிடம் பாழடைந்த நிலையில் மூடியிருந்தது. எப்போது வேண்டுமானாலும் இடிந்துவிழும் அபாயம். அது பற்றிச் சம்பந்தப்பட்டவர்களிடம் பேசிப் பார்த்ததில், அரசு அந்தப் பள்ளியில் சீரமைப்புப் பணிகள் நடைபெறுவதற்கு நிதி வசதி செய்துதரவில்லை என்பதைப் போலச் சொன்னார்கள்.

அந்தக் கட்டிடத்தைச் சரி செய்ய முடிந்தால், அடுத்த பத்து வருடங்களுக்காகவாது அங்கு மாணவர்கள் படித்துப் பயன்பெற முடியும். நான் அந்தப் பணியை எடுத்துச் செய்ய முடிவுசெய்தேன். தற்போதுள்ள தலைமை ஆசிரியரிடம் பேசி அந்தப் பணியைச் செய்து முடித்தேன். அது எனக்குத் தந்த தன்னிறைவை விவரிக்கவே முடியாது.

பள்ளியிறுதித் தேர்வில் நல்ல மதிப்பெண்கள் இருந்ததால், நண்பர்கள் என்னைப் பொறியியல் எடுத்துப் படிக்கச் சொன்னார்கள். என்னுடைய ஊரில் இருந்து சென்னைதான் பக்கம். ஆனால் நான் பொறியியல் படிப்பதற்குக் கோவை சென்றேன். குமரகுரு கல்லூரியில் சேர்ந்தேன். அந்த ஊர் என்னையும் என் வாழ்க்கையையும் பெருமளவில் மாற்றப் போகிறது என்பது எனக்கு அப்போது தெரியவில்லை.

கோயமுத்தூர் என்னைத் தாண்டி, என் வேலையைத் தாண்டி, என்னை யோசிக்க வைத்தது. அங்கிருந்த மக்கள், சூழ்நிலை, அந்த ஊரில் மக்களின் மனநிலை, வியாபாரம், தொழில் சார்ந்த அனுபவம், இதெல்லாம் வாழ்க்கையின் மீதான என் பார்வையையே மாற்றியமைத்தது. அதன் விளைவு, படிக்கும்

போதே வேலை செய்யத் தொடங்கியிருந்தேன். படிப்பு முடிந்ததும் என் கனவு வேலை எனக்குக் கிடைத்தது. ஆனால் நான் அந்த வேலையை எடுத்துக்கொள்ளவில்லை. நான் தொழில் தொடங்க விரும்பினேன். பணம் சம்பாதித்துக் குடும்பத்திற்குக் கொடுப்பதற்கு ஒரு வேலை வேண்டும், என்பதைத் தாண்டி தான் என் யோசனை எப்போதும் இருந்தது.

சில தொழில்கள் தொடங்கினேன், அது சரியாகப் போகவில்லை. பின்னர் பாரதியார் பல்கலைக்கழத்தில் எம்பிஏ படித்து விட்டு ஈ காமர்ஸ் சார்ந்து நிறையக் கற்றுக்கொண்டேன். அதன்பின் பெங்களூரில் வேலையில் இருந்தேன். அப்போதைய சூழ்நிலை காரணமாக வேலைக்குப் போனேனே தவிர, என்னுடைய தொழில் தொடங்கும் கனவு எப்போதும் எனக்குள் இருந்தது. எங்கள் இருவருக்குமே முன்பே அறிமுகம் இருந்தது. டிஜிட்டல் மார்க்கெட்டிங் துறையில் நாங்கள் இருந்ததால், நாங்கள் இணைந்து புதியதாக இதைச் செய்ய முடிவு செய்தோம். அதற்கான சூழ்நிலையும் கூடி வருவதையும் உணர்ந்தோம். அதே சமயத்தில்தான் பெருந்தொற்று வந்தது. அது இணையம் சார்ந்து மக்கள் அதிகம் நகர வழிவகை செய்தது.'

தொழில் தொடங்குவதற்கு மூலதனத்தை ஏற்பாடு செய்ததைப் பற்றிக் கேட்டதற்கு அவர்கள் சொன்னது:

'கணினி மற்றும் இணைய வசதி தான் மூலதனம். எங்களின் சேமிப்பில் இருந்த பணத்தை வைத்துக்கொண்டு சிறிய அளவில்தான் ஆரம்பித்தோம். இந்த முறையை லீன் ஸ்டார்ட்டப் என்று சொல்வார்கள். அதாவது, எடுத்த உடனேயே கம்பெனி ஆரம்பிக்கிறோம் என்று பத்து இருபது

பேரை வேலைக்கு எடுத்து, பெரிய இடத்தை வாடகைக்கு எடுக்காமல், முடிந்தவரை அளவான வசதிகளைக் கொண்டு செயல்படுவது. இது பெருமளவில் இதர செலவினங்களைக் குறைக்கும். அதுவல்லாமல், எங்களுடைய வாடிக்கையாளர்கள் பெரும்பாலும் வெளிநாடுகளில் இருந்ததால், எங்களுக்கு நேரடி அலுவலகச் சந்திப்பு ஏற்பாடு தேவைப்படவில்லை.

அமெரிக்காவைச் சேர்ந்த ஒரு பயிற்சியாளருக்கு நான்கு மாதங்களில் பூஜ்யத்தில் இருந்து நூறாயிரம் டாலர்கள் வியாபாரத்தை ஏற்படுத்திக் கொடுத்தோம். ஒவ்வொரு மாதமும் அவருடைய வகுப்புகளில் *1000* பேருக்கு மேல் சேர்ந்தார்கள்.

இணைய வர்த்தக விளம்பரங்களில் ஒரு கோடி போட்டால் பத்துக் கோடி வரும் என்பதைப் பலரும் தெளிவாகப் புரிந்துகொண்டிருப்பார்கள். சரியான ஒரு பொருள் சரியான நபர்களிடம் போய்ச் சேரும் போது நிச்சயம் அது வெற்றி பெறும். தவறிப் போக வாய்ப்பில்லை. அந்த இணைக்கும் புள்ளியைக் கண்டுபிடித்துவிட்டால் மற்றவை தன்னால் நடக்கும்.

நாங்கள் கடந்து வந்த நிறுவனங்களின் வளரச்சி / வெற்றி கதைகள்தான் எங்களுக்கு எப்போதும் உற்சாகத்தைக் கொடுத்தது. ஒவ்வொருவரும் தங்களின் பயணத்தை எப்படித் தொடங்கினார்கள், எப்படித் திட்டமிடுகிறார்கள், வளர்ச்சி எப்படி இருக்கிறது என்பது எங்களுக்குப் பெரும் நம்பிக்கையையும் ஆர்வத்தையும் தந்தது.

நாங்களும் எங்கள் வாடிக்கையாளர்களுக்கு அந்த ஏற்றத்தைத் தரவேண்டும் என்று விரும்பினோம். எங்கள் நிறுவனத்தின் பெயர்கூட அப்படித்தான்

வந்தது. எங்கள் வாடிக்கையாளர்களுக்கு எங்களின் மேல் வரும் நம்பிக்கை, அவர்களுக்கு அவர்களது திறமையின் மேல் இருக்கும் நம்பிக்கை. இது தான் ஆதாரம்.

சில வாடிக்கையாளர்களுக்கு அவர்களின் திறமை / ப்ராடக்ட் பொறுத்து நாங்கள் அவர்களால் எந்த அளவிற்குச் சாதிக்க முடியும் என்பதை எடுத்துக் கூறினாலும் அதை நம்பக்கூட மாட்டார்கள். ஏனென்றால் அவர்களுக்கே அவர்களால் எத்தனை பேரைச் சென்றடைய முடியும் என்று தெரியாது.

அதேபோலத் திட்டமிட்டு நாங்கள் செயல்படுவதன் மூலம், அவர்கள் எதிர்பார்த்ததைவிட அதிக ஆர்டர்கள் வந்துவிடும் .அவர்களால் கையாள முடியாமல் திணறிப் போவார்கள். அவர்களே விளம்பரத்தைத் தற்காலிகமாக நிறுத்திக்கொள்ள அல்லது குறைத்துக்கொள்ளச் சொல்வார்கள். இதைவிட மகிழ்ச்சியைத் தரக்கூடியது வேறேதுமில்லை.

இணைய வர்த்தகத்தைப் பொறுத்தவரை படிப்படியாக உயர்வது தான் நிலைத்து நிற்கும் வளர்ச்சியைத் தரும். பலரும் மிகக் குறுகிய காலத்தில் சம்பாதித்து விட வேண்டும் என்று எதிர்பார்ப்போடு வருவார்கள். அவர்களின் மனநிலை தெரிந்துகொண்டு நாங்கள் ஆலோசனைகளை வழங்குவோம்.

ஒரு நிறுவனத்தோடு நாங்கள் இணைந்து வேலை செய்கிறோம் என்றால், எங்களுக்கு ஒரு விஷயம் ஏன் வேலை செய்கிறது என்றும் தெரியும் அதுபோல ஒரு விஷயம் ஏன் வேலை செய்யவில்லை என்றும் தெரியும். அதற்கு எங்களின் டேட்டாபேஸ் உதவுகிறது. அதுதான் சிறப்பம்சம். இது சார்ந்து தான் அடுத்தக் கட்ட நகர்வுகள் இருக்கும்.

இணைய வர்த்தகத்தில் ஸ்கேலிங் என்பது அதிகப் பணத்தைப் போட்டு விளம்பரங்களை அதிகப்படுத்துவது மட்டும் இல்லை. நிலையான வளர்ச்சியை நோக்கி செல்லக்கூடிய திட்டமாக அது இருக்கும்போது தான் நாம் எதிர்பார்க்கும் பயன்களைப் பெற முடியும். அதற்கு நாங்கள் பயன்படுத்துவது தான் *M3* முறை. மார்க்கெட்- மெசேஜ் - மெட்ரிக்ஸ் என்பது தான் அது. நாங்கள் எடுக்கும் ஒரு பொருள் / பயிற்சி வகுப்பின் தேவையைப் பற்றிய முழுமையான தெளிவு மற்றும் சந்தை ஆராய்ச்சி. அதன் முடிவுகளைக் கொண்டு தான் அடுத்தக்கட்ட வேலைகளைத் தொடங்குவோம். அடுத்தது சந்தையில் டார்கெட் ஆடியன்ஸ் எனப்படும் வாடிக்கையாளர்களை அடையாளப்படுத்திக் கொண்டுவருவது. அடுத்தது மெட்ரிக்ஸ். இந்த எண்கள்தான் நாங்கள் திட்டமிடும் ஒவ்வொரு விளம்பரமும் எப்படி மக்களிடம் சென்றடைகிறது, எதற்கு வரவேற்பு இருக்கிறது, எது எடுபடவில்லை என்பதைக் காட்டும். அதில் நாங்கள் தனிக்கவனம் செலுத்துவோம்.

ஆன்லைன்கோச்சிங்பற்றியமக்களின்மனநிலையைத் தெளிவுபடுத்த வேண்டும். முன்பெல்லாம் கோச்சிங் என்றால் அது நட்சத்திர ஹோட்டலில் தான் நடக்கும். மைக் வைத்துத் தான் பேசுவர்கள். நிறையப் பணம் தரவேண்டும். இன்று அந்த நிலை இல்லை. நீங்கள் நினைத்தால்கூட ஒரு இணையப் பயிற்சி எடுக்கலாம். பலருக்கும் வருமானம் ஈட்டக்கூடிய தொழில் வாய்ப்பை இது ஏற்படுத்திக் கொடுத்துள்ளது.

அதேபோல நாம் எல்லாவற்றுக்கும் முறையான படிப்பை எடுத்துப் படிக்க முடியாதல்லவா. உதாரணத்திற்குத் தோட்டக்கலை செய்வது,

போட்டித் தேர்வுகள், நேர்காணலுக்குத் தயாராவது எப்படி என்று யார் சொல்லி தருவார்கள்.? மிஞ்சிப்போனால் நண்பர்களிடம் கேட்போம். ஆனால் அதையே அத்துறையில் தேர்ந்தவர்கள் சொல்லிக்கொடுத்தால்? அதைக்கூட விட்டுவிடலாம்.... பேரெண்டிங் பற்றி எத்தனை பேருக்குத் தெரியும்..? குழந்தைகள் கையில் போன் கொடுக்கும் காலம் தான் இது. இன்றைய பெற்றோர்கள், குழந்தை வளர்ப்பை பற்றி அதிகம் கற்றுக்கொள்ள விரும்புகிறார்கள். அவர்கள் தங்களின் குழந்தைகளோடு சேர்ந்து அடுத்த அடுத்த கட்டத்திற்குத் தன்னையும் மேம்படுத்திக் கொள்கிறார்கள். விரிவாகச் சொல்லவேண்டுமென்றால், கர்ப்பகாலப் பயிற்சிகளில் கலந்துகொள்பவர்கள். குழந்தை பிறந்தபின் அதற்கான வகுப்புகளில் அக்கறை செலுத்துகிறார்கள். அதேபோல அவர்கள் பள்ளி செல்லும் போதும், டீன் வயதுகளிலும் அவர்களை எப்படிக் கையாள வேண்டும் என்பதையும் தெரிந்துகொள்ள ஆர்வம் காட்டுகிறார்கள்.

இது ஒரு பக்கம் என்றால், தொட்டதற்கெல்லாம் ஆன்லைன் வகுப்புகள் வந்துவிட்டது என்று நொந்து கொள்பவர்களும் உண்டு. ஸ்மார்ட் வாட்ச் வாங்குவது எப்படி, டீ டேஸ்டிங் பயிற்சி என்று நீங்கள் நினைத்துப் பார்க்காத தலைப்புகளில் எல்லாம் இன்று ஆன்லைன் வகுப்புகள் வந்திருக்கின்றன. இதனால் என்ன பயன் என்று கேட்கிறீர்களா..? தேவை இருக்கிறவர்கள் இவற்றைத் தேடிக் கண்டடைந்து தெரிந்துகொள்கிறார்கள். பயனுள்ளதாக இருக்கும் என்று தோன்றும் வகுப்புகளில் சேர்ந்து கொள்கிறார்கள். இந்தத் துறை, வரும் காலங்களில் இன்னும் விரிவடையத்தான் போகின்றது.

இந்தியாவில் மட்டும் ஐம்பதாயிரம் கோடி ருபாய் அளவிற்குப் பிள்ளைகளின் டியூஷனிற்காக மட்டும் செலவு செய்யப்படுகிறது. அப்படி இருக்கும் போது, இணையத்தில் பல்வேறு துறை சார்ந்து எத்தனை தேவைகள் இருக்கும்..? அதனால் இணைய விளம்பர வர்த்தகத் துறையை இன்னும் சில வருடங்களுக்கு அசைக்கவே முடியாது. நல்ல ஏற்றங்களை எதிர்பார்க்கலாம்.

வியாபார லாபங்களை எல்லாம் தாண்டி, நன்றாகச் சொல்லி கொடுக்கும் ஒருவரை மக்களிடம் கொண்டு போய்ச் சேர்ப்பது தரும் மகிழ்ச்சிதான் உண்மையில் வெற்றி. வாடிக்கையாளரின் தொழிலைப் பன்மடங்கு வளர உதவிசெய்து, அவர்களுக்கு ஆர்டர்களை வாடிக்கையாளர்களை வரவழைத்து அவர்களைத் திக்குமுக்காடச் செய்வதும் எங்களுக்கு வெற்றிதான்' என்று இருவரும் சொன்னார்கள்.

மூன்று வருட ஃபார்முலா

— அரோமா பொன்னுசாமி

"ஸ்ரீ மஹாலக்ஷ்மி டெய்ரி ப்ரொடக்ட்ஸ் நிறுவனத்தின் பிராண்ட் பெயர் தான் அரோமா. இன்று சந்தையில் அரசின் ஆவினிற்கு அடுத்தது பெருமளவில் உபயோகிக்கப்படுவது அரோமா பால் மற்றும் பால் பொருட்கள்தான்" என்று சொல்லும் அரோமா பொன்னுசாமியின் ஆரம்பக்காலம், சைக்கிளில் சென்று பால் விநியோகம் செய்வதில்தான் தொடங்கியது. இன்று பல நாடுகளில் பல கோடி வர்த்தகம் செய்து, பால் துறையில் மிகப்பெரிய சந்தையைக் கைப்பற்றியதோடு தனக்கென்ற அடையாளத்தையும் உருவாக்கிக்கொண்டவர் அரோமா குழும நிறுவனர் மற்றும் நிர்வாக இயக்குனர் பொன்னுசாமி.

இவரது துறை சார்ந்த சாதனைகள் மற்றும் பொதுச் சேவைகளைப் பாராட்டி, தமிழக அரசு இரண்டு முறை, 'சிறந்த தொழில் முனைவோர்' விருது வழங்கிச்

சிறப்பித்துள்ளது. குடியரசுத் தலைவரின் ‘சிறந்த இந்தியக்குடிமகன் விருது’, அரிமா சங்கம் வழங்கிய 'வாழ்நாள் சாதனையாளர் விருது' என்று மத்திய மாநில அரசுகள் இவருக்கு விருதுகள் வழங்கியிருக்கின்றன. அதோடு, *122* வருடம் பழமையான மிலனோ பல்கலைக்கழகம் பால்வளத்துறையில் அவருக்குக் கவுரவ டாக்டர் பட்டம் வழங்கிருக்கிறது.

வென்ற கதைக்காக அரோமா பொன்னுசாமி நம்மிடம் பகிர்ந்துகொண்டவை:

‘பத்து வயது முதலே ஒரு சின்னச் சைக்கிளில் அப்பாவுடன் சேர்ந்து பால் வியாபாரம் செய்து வந்தேன். பதினாறு வயதில் தனியாக வியாபாரம் செய்யத் தொடங்கினேன். சில சிக்கல்களால், அப்பா ஒரு கட்டத்தில் வியாபாரத்தை விட்டுவிடலாம் என்ற முடிவெடுத்தபோது, அதை நான் எடுத்துச் செய்கிறேன் என்று சொன்னேன். முதலில் வேண்டாம் என்றுதான் சொன்னார்கள். படிப்பு தான் முக்கியம், அதில் கவனம் செலுத்துமாறு அறிவுறுத்தினார்கள். நான் வியாபாரம்தான் என்ற முடிவில் உறுதியாக இருந்ததால் ஒப்புக்கொண்டார்கள்.

தினமும் நள்ளிரவு இரண்டு மணிக்கு, பால் கறக்க கிராமங்களுக்குச் சென்று விடுவோம். குறைந்தது எண்பது முதல் நூறு கிலோமீட்டர்கள் ஒவ்வொரு நாளும் பயணம் செய்யவேண்டியது இருக்கும். பால் அளவு குறைந்ததாக இருந்தாலும் பயணத் தூரம் அதிகமாகத் தான் இருக்கும். அதிகாலையில் சைக்கிளில் பால் கேனைக் கட்டிக் கொண்டு, கோவையின் ஒவ்வொரு டீக்கடையாக ஏறி இறங்கிய அந்த உழைப்பின் பலன்தான், அரோமாவின் இன்றைய வெற்றி.

அப்போதெல்லாம் ஒவ்வொரு வாரமும் விவசாயிகளுக்குப் பணம் கொடுப்பதற்கே சிரமமாகத் தான் இருக்கும். வரவு வரும் பணம் இதற்கே சரியாகப் போய்விடும். 500 ருபாய் அன்றைய நாளில் பெரிய தொகை, அதைச் சமாளித்துக் கொடுப்பதே பெரிய விஷயம்தான். இருந்தாலும் விவசாயிகளுக்கு வாரம் தவறாமல் பணம் தந்துவிடுவோம். இப்படிப் போய்க் கொண்டிருந்த பால் வியாபாரத்தைத் தொடர்ந்து, கோவை வைசியாள் வீதியில் ஆரம்பித்த ஒரு சிறிய டீக்கடைதான், என்னுடைய முதல் அடையாளம். சுத்தமும் சுகாதாரமும் கூடிய, நிறைந்த தரத்திலான தேநீரைக் குறைந்த விலையில், பத்து பைசாவிற்கு மக்களுக்குக் கொடுத்துவந்தேன்.

என்னுடைய பால் வியாபாரம் தொடர்ந்து நடைபெறுவதற்குத் துணையாக இந்த பேக்கரித் தொழில் அமைந்தது. பின்பு அதே வைசியாள் வீதியில், 1972-ம் ஆண்டு வெறும் 100 சதுரஅடி இடத்தில், ஸ்ரீமகாலட்சுமி பேக்கரியைத் தொடங்கினோம். அதன் தொடர்ச்சியாக, கோவை மாநகரின் பல பகுதிகளிலும் அரோமா பேக்கரிகளை ஒவ்வொன்றாகத் துவங்கி, தொழிலை விரிவுபடுத்தினோம். பாலின் தேவையும் அபரிமிதமாக அதிகரிக்கவே, தேவைக்கு ஈடுகொடுக்கும் விதமாக, பால் பதப்படுத்தத் தனியாக ஒரு யூனிட்டைத் துவக்கினோம். அதுவே ஸ்ரீமகாலட்சுமி டெய்ரியாக உருவெடுத்தது. பால் பதப்படுத்த தனியாக ஒரு யூனிட்டை முதன் முதலில் கோவையில் துவங்கியதும் நாங்கள்தான்.

பால் பதப்படுத்தும் துறையில் உச்சபட்சத் தரத்தைத் தக்க வைப்பதற்கான உயர் தொழில்நுட்பம் கொண்ட இயந்திரங்களையே, உலகின் வெவ்வேறு பகுதிகளில் இருந்தும் வாங்கிப் பயன்படுத்துகிறோம்.

விலையைப்பற்றி அல்ல. தரத்தைப் பற்றி மட்டுமே நாங்கள் கவனத்தில் கொள்கிறோம். சந்தையில் மிகச்சிறந்த பொருளாக எங்கள் பொருட்கள் இருக்க வேண்டும் என்பதே இலக்கு.

அடுத்ததாக, பால் டெய்ரிக்கு இணையாகப் பேக்கரிப் பொருட்கள் தயாரிக்கும் யூனிட்டையும் தொடங்கி, இரண்டு தொழில்களையும் சமமாக நடத்தினோம். அது பலமடங்கு வளர்ச்சியைத் தந்தது. அரோமாவின் சந்தை விரிவடைந்தது. பால், தயிர், வெண்ணெய், நெய், பன்னீர், ஃபிரஷ் க்ரீம், கோவா, பால் பவுடர், மோர், ஃப்ளேவர்டு மில்க் என்று தரமான பால் பொருட்களையும், அதே சமயத்தில் அனைத்து விதமான பேக்கரிப் பொருட்களையும் தயாரித்தோம்.

தமிழகத்தையும், இந்தியாவையும் கடந்து, அரோமா நிறுவனத்தின் பால் வர்த்தகம், ஐக்கிய அரபு எமிரேட், சிங்கப்பூர், மலேசியா, கத்தார் எனக் கடல் கடந்து *14* நாடுகளில்,பன்னாட்டு நிறுவனங்களுக்கு இணையாக வளர்ந்து நிற்கின்றது.

அரோமாவின் வளர்ச்சிக்குக் காரணம் எங்களின் மூன்றாண்டுத் திட்டம் தான். ஒவ்வொரு மூன்றாண்டுகளுக்கும் தொழிலில் ஒரு குறிக்கோளை இலக்காக நிர்ணயித்துக் கொள்வேன். இலக்கினை நோக்கிய பயணத்திற்கு, சரியான திட்டமிடலுடன் செயல் வடிவத்தினையும் கொடுத்து, அயராமல் உழைப்பினைத் தந்து, மூன்றாண்டுகளுக்குள் அந்த இலக்கினை அடைந்துவிடுவோம்.

அதே வெற்றிக்களிப்புடன், உடனே அடுத்த குறிக்கோளுக்கு இலக்கினை நிர்ணயித்து, அடுத்த மூன்றாண்டுகளுக்கு அதனை நோக்கிய பயணத்திற்கு ஆயத்தமாகி விடுவோம். இவ்வாறு, ஒவ்வொரு

மூன்றாண்டுக்கும் தொழிலில் புதிய பரிமாணங்களை எட்டிப்பிடிப்போம்.

இப்போது ஸ்ரீமகாலட்சுமி டெய்ரி, அரோமா பேக்கரி நிறுவனங்களைத் தொடர்ந்து, அடுத்தக் கட்டமாக 'அரோமா க்ரீன் ட்ரீ' மிகப்பெரிய அளவிலான உணவகத்துடன் கூடிய டிபார்ட்மென்டல் ஸ்டோர் எனும் விற்பனையகத்தினை அமைத்து நடத்தி வருகிறோம்.

இன்று ஆயிரக்கணக்கான தொழிலாளர்களுக்கு நேரடியாகவும், பல விவசாயிகளுக்கு மறைமுகமாகவும் வேலை வாய்ப்பு வழங்கி வருகிறோம். ஐம்பது வருடங்களுக்கு முன்பு என்னுடன் வேலை செய்தவர்கள் இன்றும் என்னுடன் இருக்கிறார்கள். அவர்கள் பிள்ளைகளைத் தாண்டி பேரன் பேத்திகளுக்குக் கூடத் திருமணம் முடிந்துவிட்டது. எங்கள் தொழிலாளர்கள் எங்கள் குடும்பத்தின் ஓர் அம்சம் தான்.

எங்கள் தொழிலின் ஆதாரமான விவசாயிகளின் வாழ்வு செழிக்க, கறவை மாடுகள், அவற்றுக்கான தரமான தீவனங்களைத் தந்து உதவிகள் செய்து வருகிறோம். மேலும் விவசாயிகளுக்கும், ஏழை எளியோருக்கும் கல்வி உதவி, மருத்துவ உதவிகள் என்று சமூகத்திற்கு எங்களால் ஆன உதவிகளைச் செய்கிறோம்.

பால் துறை என்பது போட்டிகள் நிறைந்த துறை. இதில் நவீன முறைகளின் உதவிகளோடு தரத்தைச் சமரசம் செய்யாமல் உற்பத்தி செய்வதுதான் எங்கள் கொள்கை. தீபாவளி, பிற பண்டிகைககள் என்று எந்த நாளும் நங்கள் விடுப்பு எடுப்பதில்லை. நான் என்றுமே பணியில் தான் இருப்பேன். எங்கள்

பொருட்களின் தரத்தை ஆய்வு செய்வதற்கு ஆய்வுக்கூடங்கள் வைத்துளோம், அவர்கள் அனைத்தையும் சரிபார்த்துவிடுவார்கள். எல்லாத் துறைகளுக்கும் தனித்தனியாக ஆலோசகர்களும் இருக்கிறார்கள்.

பெருந்தொற்றுக் காலத்தில் அதிக அளவில் பால் கையிருப்பு இருந்தது. ஆனால் கடைகள் இருக்கவில்லை. எங்களிடம் பால் பவுடர் தயாரிக்கும் யூனிட் இருந்ததால், அவற்றைப் பால் பவுடராகச் செய்து பால் பொருட்கள் செய்யப் பயன்படுத்திக்கொண்டோம். அசாதாரணச் சூழ்நிலைகள் தான் எங்களுக்குப் புதிய வழிமுறைகளைக் கண்டுபிடிக்கும் வாய்ப்பைக் கொடுக்கிறது.'

தொழில் தொடங்க விருப்புபவர்களுக்கு அரோமா பொன்னுசாமியின் அறிவுரை :

இந்தக் காலத்துப் பிள்ளைகள் கில்லாடிகளாக இருக்கிறார்கள். அவர்களுக்கே எல்லாமே தெரிந்திருக்கிறது, சிறப்பாக வேலை செய்கிறார்கள். தொழில் தொடங்குவதற்கு முன்பு அந்தத் துறை சார்ந்து குறைந்தபட்சம் ஒன்றிரண்டு ஆண்டுகள் பணி அனுபவம் பெறுவது உதவிகரமாக இருக்கும். ஏன்னெனில், தொழில் துறையைப் பொறுத்தவரை, நாம் கேள்விப்படுவதும் நடைமுறை உண்மையும் வெவ்வேறாக இருக்கும். பால் வியாபாரத்தையே எடுத்துக்கொள்வோம், பாலை முப்பது ரூபாய்க்கு வாங்கி அதைப் பாக்கெட் ஒன்றுக்கு அறுபது ரூபாய்க்கு என விற்கிறார்கள். அப்படியே லாபம் எடுத்துக் கொள்கிறார்கள் என்று தான் பொதுவாகப் பேசுவார்கள். ஆனால் முப்பது ரூபாய்க்கு வாங்கும்

பாலை எங்கள் இடத்திற்குக் கொண்டுவருவதற்கு ஆகும் போக்குவரத்துச் செலவு, அதைப் பாக்கெட் செய்து சந்தைக்கு எடுத்துச் செல்லும் உற்பத்தி மற்றும் இதர செலவுகளைப் பற்றிப் பேச மாட்டார்கள். அவற்றை எல்லாம் சேர்த்துப் பார்க்கும் போது எங்களின் மார்ஜின் சொற்பளவில் தான் இருக்கும். இதுதான் யதார்த்தம். இதுபோன்ற விஷயங்களை அனுபவத்தின் மூலம்தான் தெரிந்து கொள்ள முடியும். விருப்பத்துறையைத் தேர்தெடுத்துக் கொண்டு உழைக்கத் தொடங்குங்கள். மற்றப் பாடங்களை வாழ்க்கையே கொடுக்கும்.

---

www.ingramcontent.com/pod-product-compliance
Ingram Content Group UK Ltd.
Pitfield, Milton Keynes, MK11 3LW, UK
UKHW042133021026
15589UKWH00003B/792

9 789395 511414